திருமந்திரம்

இர. வாசுதேவன்

திருமந்திரம்
Thirumanthiram
R. Vasudevan ©

First Edition: March 2007
88 Pages
Printed in India.

ISBN: 978-81-8368-315-9
Title No: Kizhakku 798

Kizhakku Pathippagam
177/103, First Floor,
Ambal's Building, Lloyds Road,
Royapettah, Chennai 600 014.
Ph: +91-44-4200-9603
Email : support@nhm.in
Website : www.nhm.in

Author's Email : vasudevan.dr@gmail.com

Illustrations : Shyam

Kizhakku Pathippagam is an imprint of New Horizon Media Private Limited

திருமந்திரம்

மனம் மகிழட்டும்

(சர்வ மதங்களுக்கும் பொதுவான பிரபஞ்ச சக்தியைப் போற்றும் துதி)

- உலகமெல்லாம் நிறைந்த பரம்பொருளே
  எல்லா உயிரும் நீயே
  எல்லா செல்வங்களும் நீயே
  உனது அருள் எப்போதும் எங்களைக்
  காத்து நிற்கிறது
  இந்த உண்மையை நாங்கள் உணர
  அருள்புரிவாய்.

- பசிக்கு உணவு ஆவாய்
  பருகும் நீர் ஆவாய்
  நோய்க்கு மருந்தாவாய்

- இருள்போக்கும் ஒளியே
  வறுமை நீக்கும் செல்வமே
  வாழ்வும் வளமும்
  உனது நன்கொடைகள்
  அன்பும் அறனும் உனது
  அற்புதப் படைப்புகள்

- பிரபஞ்சமே பராசக்தியே
  உன்னில் பிறந்து
  உன்னில் வளரும் எங்களை
  உன்னதமாக்கி அருள்புரிவாய்!

திருமந்திரம்.

இந்த ஒற்றைச் சொல்லை உச்சரித்தாலே போதும். ஒரு தெய்வீக அலை, அணுக் கள்தோறும் அடித்துவிட்டுப் போகும்.

தென்னகத்தில், சித்தர் மரபைத் தோற்று வித்தவர் திருமூலர். ஐந்தாம் நூற்றாண்டைச் சார்ந்தவர். இவர் அருளிய நூலே திரு மந்திரம் ஆகும்.

வைதிக நெறியும் தமிழ் நெறியும் கலந்து, 'திருநெறி' என்றொரு புதிய நெறியை அறி முகப்படுத்துகிறது திருமந்திரம்.

திருமூலர், எக்காலத்திலும் தன் தமிழ்ப் பற்றை விட்டுக் கொடுத்ததில்லை.

'என்னை நன்றாக இறைவன் படைத்தனன், தன்னை நன்றாகத் தமிழ் செய்யுமாறே!' என்ற பாடல் வரி இக்கருத்துக்கு வலுசேர்க்கும்.

தத்துவம், யோகம், மருத்துவம் சார்ந்த கருத்துகளை மந் திரத்தைப் போல சுருங்கச் சொல்லி விளங்க வைக்கிறது, திரு மந்திரம்.

பொதுவாக சித்தர்களின் நூல்கள் மறைபொருளை உள்ளடக்கி இருக்கும். ஆனால் திருமந்திரமோ, பாமரர்களின் தோள் மீது கைபோட்டுக்கொண்டு பேசும் எளிய மொழியில் இருக்கும்.

சைவ நூல்கள் இருவகைப்படும். ஒன்று தோத்திரம். மற்றொன்று சாத்திரம். தோத்திரம், அன்பை அடிப்படையாகக் கொண்டது. சாத்திரம், அறிவை அடிப்படையாகக் கொண் டது. திருமந்திரமோ இவை இரண்டையுமே அடித்தளமாகக் கொண்டது.

வறட்டுத் தத்துவங்களை மட்டும் பேசிக்கொண்டிருக்க வில்லை திருமந்திரம். நடைமுறை வாழ்க்கைக்கேற்ற வழி களையும் சொல்கிறது.

தத்துவம் வேண்டுமா, தந்திரம் வேண்டுமா? மந்திரம் பற்றி அறிய வேண்டுமா? கோள்கள் பற்றிய செய்தி வேண்டுமா? யோகம் பற்றிய விஷயங்கள் வேண்டுமா?

அத்தனையும் திருமந்திரத்தில் உண்டு.

கடவுள் வாழ்த்துப் பகுதியிலேயே ஒரு மாபெரும் கருத்துப் புரட்சியை நடத்தியிருக்கிறது திருமந்திரம்.

'ஒன்றே குலம்; ஒருவனே தேவன்' என்ற முற்போக்குக் கருத்தை முன்மொழிந்திருக்கிறது.

'யான் பெற்ற இன்பம் பெறுக இவ்வையகம்' என்ற கொள்கையே திருமூலரது வாழ்வின் நோக்கம். அதுவே அவர் அருளிய திருமந்திரத்தின் நோக்கம்.

தான் அனுபவித்த இன்பத்தை பிறருக்கு எப்படி வழங்க முடியும்?

பணம் கொடுக்கலாமா! தங்கம் கொடுக்கலாமா! இலவசம் இலவசம் என்று எதையாவது கொடுக்கலாமா!

எதைக் கொடுத்தாலும், அது மக்களுக்கு நிரந்தர இன்பத்தைக் கொடுக்காது.

கொஞ்சம் யோசித்துப் பார்த்தால், அறியாமைதான் மக்களின் துன்பத்துக்குக் காரணமாக அமைந்திருக்கிறது.

மனிதனின் அறியாமையைப் போக்குவதே தன்னுடைய திருமந்திரத்தின் லட்சியமாகச் சொல்லியுள்ளார் திருமூலர்.

கண்ணுள்ளவர்கள் பார்ப்பார்கள். காதுள்ளவர்கள் கேட்பார் கள். 'மெய்யறிவைத் தெரிந்துகொள்ள வேண்டும் என்ற ஆர் வம் உள்ளவர்களுக்கு மட்டும், திருமந்திரத்தைப் போதியுங் கள்!' - இது திருமூலரின் வேண்டுகோள்.

மெய்யறிவை அறிந்துகொள்ளும் ஆர்வம் நம் எல் லோருக்குமே உண்டல்லவா!

மூன்றெழுத்தில் ஒரு சிறப்பிருக்கிறது.

இந்தப் பிரபஞ்சமே மூன்றுக்குள் அடங்கி யிருக்கிறது.

விண்ணுலகம், மண்ணுலகம், பாதாள உலகம் என்று உலகங்கள் மூன்றாக விரி கிறது.

படைத்தல், காத்தல், அழித்தல் என பவையே மும்மூர்த்திகளின் முதன்மைத் தொழில்கள்.

விண்மீன்கள், கோள்கள், துணைக்கோள் கள் என வானத்திலுள்ள பொருள்கள் மூன்றாக உள்ளன.

திட, திரவ, வாயு என்ற மூன்று நிலைகளில் உலகப் பொருள்கள் உள்ளன.

- இப்படிப் பட்டியலிட்டுக்கொண்டே போகலாம். இன்றைய அறிவியல் உலகம்

இந்த உண்மையை ஒப்புக்கொள்கிறது. பல்லாயிரம் ஆண்டு களுக்கு முன்பே இவ்வுண்மையை எடுத்துக் காட்டியுள்ளது திருமந்திரம்.

'மூன்றே பொருளாய் முடிந்தது அண்டம்
மூன்றே பொருளாய் முடிந்தது பிண்டம்
மூன்றே பொருளாய் முடிந்தது சீவன்
மூன்றே பொருளாய் முடிந்தது வாதமே.'

அதைப்போல, தமிழ் மொழியில் அடிப்படையான உயிரொலி கள் மூன்றே. அ,இ,உ என்பன. இவற்றிலிருந்தே பிற உயி ரொலிகள் வளர்ந்தன. அகர ஒலிக்கும் இகர ஒலிக்கும் இடைப்பட்ட ஒலி எகரம். அகர ஒலிக்கும் உகர ஒலிக்கும் இடைப்பட்ட ஒலி ஒகரம்.

அ, இ, உ, எ, ஒ ஆகிய குறில் எழுத்துகள் நெடில் எழுத்து களாகி, ஆ, ஈ, ஊ, ஏ, ஓ ஆகிய எழுத்துகள் தோன்றின.

அகரம் உகரம் மகரம் ஆகிய மூன்று ஒலியின் கூட்டமைப்பை 'ஓம்' என்னும் வடிவமாகத் திருமந்திரம் உரைக்கிறது. ஓம் என்பதை, பிரணவம் என்றும் ஓங்காரம் என்றும் கூறுவர். அ+உ+ம ஆகிய எழுத்துகளின் கூட்டணிதான் 'ஓம்' என்னும் ஓங்காரம். ஓம் எனும் சொல்லை சொல்லிப் பார்த்தால் மொழி; எழுதிப் பார்த்தால் எழுத்து; தியானித்தல் அதுவோர் மந்திரம். முத்தி அடைவதற்கான பாதை.

ஓங்காரத்திலிருந்து பஞ்ச பூதங்கள் (பெரும் பூதங்கள்) தோன்றின. பஞ்ச பூதங்களுக்கு உதவியாக பலவகை உடம்பு கள் (சிறு பூதங்கள்) தோன்றின. ஓங்காரத்திலிருந்து பஞ்ச பூதங்கள், பஞ்ச பூதங்களிலிருந்து பலவகை உடல்கள். மூன்றுக்குள் அடங்கி விட்டதல்லவா?

சிறிய ஆலம் விதையிலிருந்து பெரிய ஆலமரம் தோன்று வதைப் போல, பிரணவத்திலிருந்து அண்டமும் பிண்டமும் தோன்றின என்பது சித்தர்களின் கருத்து.

வாழ்வென்பது, பிறப்புக்கும் இறப்புக்கும் இடையே விளையாடப்படுகிற சடுகுடு விளையாட்டா? சுவாசப் பைக்கும் காற்று மண்டலத்துக்கும் இடையேயான வர்த்தக மற்ற தொடர்பா? அல்லது ஓட்டைச்சட்டிக் குள் நிகழ்த்தும் வேடிக்கை விளை யாட்டா?

ஒரு கேள்வியின் மேல் இன்னொரு கேள்வியை வைத்ததுதான் மிச்சம். விடை கண்டவர்கள் எவருமில்லை, ஞானிகள் உட்பட!

வாழ்க்கை என்பதன் வரையறை எப் படியோ இருந்துவிட்டுப் போகட்டும். குறைந்தபட்சம் துன்பமில்லாமல் வாழ வழி என்ன?

இந்தக் கேள்விக்கும் 'அவரவர் தலை யெழுத்து அனுபவிச்சுதான் ஆகணும்',

'வாங்கி வந்த வரம் அப்படி' என்பது போன்ற தத்துவரீதியான பதில்களே கிடைக்கும். ஆனால் திருமூலரோ, துன்பம் களைவதற்கான மந்திரத்தை தனது திருமந்திரத்தில் சொல்லி யுள்ளார்.

உலகத் துன்பங்களுக்கு மூல காரணமே அறியாமைதான். அறியாமை எனும் இருள் மறைந்தாலொழிய இன்பம் ஏற்பட வழியே இல்லை.

ஏறக்குறைய உலகப் பொருள்கள் அத்தனையுமே ஏதோ ஒரு வகையில் மறைக்கப்பட்டுள்ளது.

சிப்பிக்குள் முத்தாக - மண்ணுக்குள் வைரமாக!

நிரந்தரமற்றது வாழ்க்கை. ஆனால், நான்தான் நிரந்தர அரசன் என்று இறுமாப்பு கொண்டு அலைந்தவர் எத்தனை பேர்?

ஆறடி நிலமே சொந்தம் என்ற உண்மை அறியாமல், வீட்டை அரண்மனை போல் கட்டியது எத்தனை பேர்?

வெற்றியும் தோல்வியும் ஆண்டவன் சித்தம். அதற்கு மாறாக 'படுத்துக்கொண்டே ஜெயிப்பேன்' என்பது பாமரத்தன மல்லவா!

விலைமதிப்பற்ற உடல் செய்து, அதை நம்மிடத்தில் கொடுத்தனுப்பினான் இறைவன்.

நாமோ, அதை மருத்துவரிடம் ஒப்படைக்கிறோம். உடலைப் பாதுகாக்கும் அறிவோ ஆர்வமோ, நம்மிடம் ஏன் இல்லாமல் போனது?

குட்டிச்சுவருக்குள் யார் குடியேறுவர், கழுதையைத் தவிர?

உடல் எனும் அற்புத மாளிகையை குட்டிச்சுவராக்கிக் கொண்டால், உயிராகிய இறைவன் எப்படி வந்து தங்குவான்?

'என்னுடல் சிதைந்து போனதற்கு நான் காரணமல்ல, நோய்தான் காரணம் என்றால் நோய் வருவதற்கு எவர் காரணம்?'

ஊசி இடம் தராமல் நூல் நுழையுமா?

அளவான உணவு, அளவான போகம், அளவான தூக்கம், முறையான மூச்ப் பயிற்சி இருந்தால் - நம்மை நோய் மட்டு மல்ல; எமதர்மனே நெருங்கிட அஞ்சுவான்.

'சாகாமல் இருப்பதற்குக் கல்வியுண்டு
சாக்காடு கொள்வதற்கும் விபரமுண்டு
சாவதும் வாழ்வதும் நம்மால்தானே'

எனும் திருமூலரின் பாடலைப் படித்துப் பார்த்தால் மரணத் தையும் வெல்லும் ஆற்றல் நமக்கு உண்டு என்ற நம் பிக்கையைப் பெறலாம்.

உடலைக் காக்கும் உபாயம் அறிவோம். பிறகு, சிவனை வெளியில் தேடிச் செல்ல வேண்டாம்.

நமக்குள்ளேயே இருப்பார் - ஜீவனாக!

பேரின்பம் பேரின்பம் என்கிறார்களே, அது என்ன? அந்தப் பேரின்பத்தை அடைவது எப்படி?

காவி அணிந்துகொண்டு காட்டுக்குச் சென்று விடலாமா? முகம் நிறைய மீசையையும் தாடியையும் வளர்த்துக் கொண்டு, நெற்றி மறைய விபூதியும் பூசிக் கொள்ளலாமா?

குழந்தையும் வேண்டாம் குட்டியும் வேண்டாம், மனைவியும் வேண்டாம் எவரும் வேண்டாம் என்று வெறுத்து ஓடி விடலாமா?

இல்லை! இல்லவேயில்லை! இப்படியெல்லாம் இருந்தால் பேரின்பம் கிடைக்காது; வாழ்க்கை மீது வெறுப்புதான் வரும்.

இல்லறத்தில் இருந்துகொண்டே பேரின்பத்தை அடையலாம் என்பது திருமூலரின்

மந்திரம். இல்லறம் என்பதே இயற்கை அறம்; இல்லறம் என்பதே இயற்கையோடு இயைந்த வாழ்க்கை.

அறம், பொருள், இன்பம், வீடு ஆகிய நான்குவகைப் பேறு களையும் பெறுகிற தகுதி இல்லறவாசிகளுக்கே உரியது.

ஒருவனும் ஒருத்தியும் அன்பினால் கூடுவது, உடலின்பத் தையும் இறையின்பத்தையும் அளிக்கவல்லது.

ஆற்றுநீர், தான் ஓடுகின்ற திசையை நோக்கி ஓடிக்கொண்டே இருப்பது போல, வாழ்க்கையில் அடையவேண்டிய பயன் களை, காதல் தந்துகொண்டே இருக்கிறது.

இறைவனை அறிவது மட்டுமே பேரின்பம் என்று கூச் சலிடுவோர், அறிவுக்குச் சம்பந்தமில்லாதவர்கள்.

நம் வீட்டில் உள்ளவர்கள், நம் அக்கம்பக்கத்து ஆட்களையே நம்மால் புரிந்துகொள்ள முடியவில்லை. இறைவனை அறி வது என்ன சாதாரண காரியமா?

தம்மை அறிகின்றவர் எவரோ, அவரே இறைவன் திருவடியை வணங்கும் தன்மையுடையவர். தன்னை அறிந்தவனின் கை பிடித்துக்கொண்டே இறைவன் வருகிறான். தனக்குத்தானே அந்நியமாகிவிட்டால், ஆண்டவனும் அந்நியமாகி விடு கின்றான்.

இன்னொன்று. இறைவனை அடைவதற்கு வேதங்களோ மந்திரங்களோ தெரிந்திருக்கத் தேவையில்லை.

யாவர்க்கும் ஆம் இறைவர்க்கொரு பச்சிலை
யாவர்க்கும் ஆம் பசுவுக்கொரு வாயுறை
யாவர்க்கும் ஆம் உண்ணும் போதொரு கைப்பிடி
யாவர்க்கும் ஆம் பிறர்க்கு இன்னுரை தானே

பசுவுக்குத் தழை தருவதும், பசியோடு வருபவர்க்கு ஒருபிடி சோறு தருவதும், இனிய சொற்கள் பேசுவதன் மூலம் பிறரை மகிழ்விப்பதும்கூட வழிபாட்டு முறைகள்தாம்.

இப்படிப்பட்ட அறங்களை, ஒருவன் இல்லறத்தின் மூலமே செய்ய முடியும். அன்பு, கருணை, கொடை, வாய்மை போன்ற நல்ல குணங்களெல்லாம் இல்லறத்தின் வழியேதான் வெளிப் படுகின்றது.

இறைவன் என்கிற பேரின்பத்தை அடைய என்ன வேண்டும், இவைகளைத் தவிர?

ஆக, இல்லறத்தின் துணை கொண்டே பேரின்பத்தை அடை யுங்கள் என்பது திருமூலர் காட்டுகின்ற சித்தாந்தம்.

பிரும்மாண்டமான உடல், கணக்கற்ற நரம்பு மண்டலம், எலும்புகள், இரத்தம், தசை - இவையாவும் ஒரு துளி விந்து வினால் உருவானது.

இந்த அதிசயம்தான் இறைவனின் வல்லமையை நமக்கு உணர்த்துகிறது.

உலக உயிரினங்கள் அனைத்தும், ஒரு மூலத்தை அடிப்படையாகக் கொண்டவை. அந்த மூலமே உயிர்மூலம். உயிர் மூலத்துக்கு நாம் கொடுக்கும் ஓர் அடையாளமே விந்து ஆகும்.

விருட்சத்துக்கு விதை மாதிரி... உயிருக்கு, விந்து அடிப்படை!

உயிரைத் தருவதோடு விந்துவின் பணி முடிவடைவதில்லை. உடலைப் பாதுகாக் கிற பணியையும் அது செய்கிறது.

உடம்பில் ஒரு துளி விந்து இருக்கும்வரை, உயிர் உடலை விட்டு நீங்காது என்பது சித்தர்களின் கொள்கை.

> 'உந்தனுடைய விந்தழிந்தால் எல்லாம் போச்சு
> உண்டதெல்லாம் பாழாச்சு உறவும் போச்சு
> விந்துதனை இழந்து பல பிணிக்குள்ளாகி
> மலிந்து கெட்டுப் போகாமல் உள்ளது வீணே'

இந்தச் செய்யுள், விந்து அழிந்தால் உடல் நோய்க்குள்ளாகும் என்று எச்சரிக்கிறது.

நோயறியும் தேர்வு முறைகளில், விந்துத் தேர்வும் ஒன்றாக இருக்கிறதல்லவா?

சித்த மருத்துவர்கள் - காயகற்பம், தங்க பஸ்பம் போன்ற மருந்துகளை நோயைத் தீர்ப்பதற்கு மட்டும் தருவதில்லை. விந்து உற்பத்தியை அதிகப்படுத்தவும்தான்.

உடம்பின் தாதுக்களிலிருந்து ஊற்றெடுக்கிற அமுத நீரே விந்தாகும். உயிருடன் கலந்திருக்கும் விந்து சிற்றின்பச் செயல் களால் வெளியேறும்போது, உடலில் குடி கொண்டிருக்கும் இறைவனும் வெளியேறுகிறான்.

வெல்லத்தைத் தேடும் எறும்பு போல, இன்பத்தைத் தேடித் தான் மனம் அலைந்து கொண்டிருக்கிறது. போகத்தின் வழியே மனம் செல்கிறது. மனம் இழுக்கும் இழுப்புக்கு மனிதன் செல் கிறான். ஒருவன் நல்லவனா தீயவனா என்பதைத் தீர் மானிக்கும் நிலையில் இருப்பது, போகத்துக்கு அடிப் படையான விந்துவே! ஆகவே, விந்துவின் செலவை நெறிப் படுத்த வேண்டும்.

> 'தன்வினை புறவினை தாழினும் மிகினும்
> உடலைப் பிணிக்கும் உண்மையிது தாமே'

என்ற 'மருத்துவ நூல்' சொல்லும் உண்மைக்கேற்ப அளவான போகம் உடலுக்கு ஆற்றல்; அளவில்லா போகம் உடலுக்கு அழிவு.

விதைகளைச் சமைத்து உண்பவன் மூடன். விளைச்சல் பயனை அனுபவிப்பவனே அறிவாளி. காரணமும் காரியமும் ஒரே புள்ளியில் எங்கு நிற்கிறதோ, அங்கே இறைவன் இருக் கிறான்.

மாங்கொட்டை காரணம்! மாங்கனி காரியம்!

மாங்கொட்டையிலிருந்து மாங்கனியும், மாங்கனியிலிருந்து மாங்கொட்டையும் தோன்றிக்கொண்டே இருக்கும்.

விந்துவிலிருந்து உடம்பும் உடம்பிலிருந்து விந்துவும் உரு வாகிக்கொண்டே இருக்கும்.

இறைத்தன்மை உடையது விந்து என்பது இப்போது புரிகிறதல்லவா!

அடக்கம் உள்ளவர்கள் வானத்திலிருக்கும் தேவர்களுக்குச் சமம். வாழ்க்கையில் உயர்ந்துகொண்டே போவார்கள். அப்படி அடங்கி நடக்காதவர்கள் நரகத்துக்குச் செல்வார்கள் என்றெல்லாம் சொல்கிறது வள்ளுவம்.

கண்போன போக்கிலே கால் போகலாமா, கால் போன போக்கிலே மனம் போகலாமா என்பது மாதிரி... ஐம்புலன்கள் இழுத்த இழுப்புக்கெல்லாம் மனம் செல்லுதல் கூடாது.

ஆபத்து நேரும் காலத்தில் தனது ஐந்து உறுப்புகளையும் ஓட்டுக்குள் இழுத்துக் கொண்டு பாதுகாத்துக் கொள்கிறதே ஆமை, அதைப்போல மனிதன் தன் ஐம் புலன்களையும் அடக்கியாள வேண்டும்.

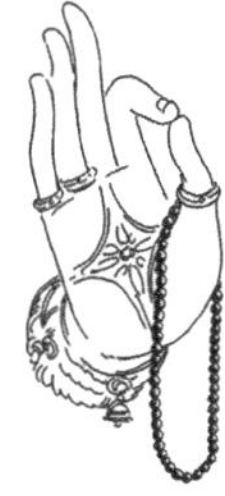

பகவத் கீதை (258), மனு ஸ்மிருதி (பா 105), நாலாயிர திவ்விய பிரபந்தம் (2360),

மகாபாரதம் போன்றவை அடக்கத்துக்கு எடுத்துக்காட்டாக ஆமையைக் கூறுகின்றன.

ஆனால், அடக்கத்தைப் பற்றிய திருமந்திரத்தின் கருத்தே வேறு. அடக்கு என்ற கருத்தையே திருமந்திரம் ஏற்கவில்லை. புலன்களை அடக்க முடியாது. அடக்குவதால் எந்தப் பயனும் இல்லை.

அஞ்சும் அடங்கிய அசேதனமாம் என்றிட்டு
அஞ்சும் அடக்கா அறிவுஅறிந் தேனே

என்பதால், உலக இன்பங்களை அனுபவித்துக்கொண்டே பேரின்பத்தைப் பெறமுடியும் என்கிறது திருமந்திரம்.

'வாழைக்குக் கீழ் கன்றுண்டு. எங் களுக்குப் பிறகு எங்கள் பேரைச் சொல்ல வாரிசு வேண்டும்' என்றுதான் இரவை நேசிக்கிறார்கள் தம்பதியினர்.

உண்மையில் வாரிசு வேண்டும் என்பதற் காகத்தான் அவர்கள் உடலுறவு கொள் கிறார்களா?

உடலின்பத்துக்காகவே உடலுறவு கொள்ளப்படுகிறது என்பதுதானே எதார்த்தம்.

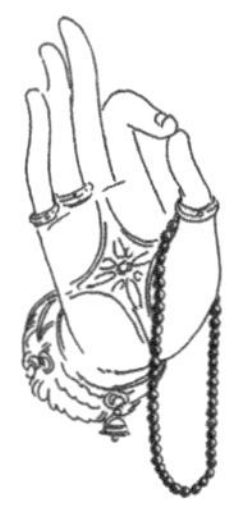

உடம்பின் உறுதியும் திறனும் குறையாமல் இருந்தால், உடலுறவும் கூடுதல் இன்ப மளிக்கிறது. ஒருவனும் ஒருத்தியும் கூடிக் களிக்கும்போது கிடைக்கும் உடலின் பத்தை யோகமாக மாற்றும் வழியறிந்தால், உடலின் உறுதியும் திறனும் எப்போதும் குறையாது. இதற்குப் பெயர் படுக்கை யோகமாகும்.

இவ்வகை யோகம் செய்யும் ஆணுக்கு வயது முப்பதும், பெண்ணுக்கு வயது இருபதும் இருந்தால் நலம்.

கீழ்நோக்கிப் போகும் காம நீரைத் தடுத்து நிறுத்தி, மேல் நோக்கிப் போகச் செய்தால் உடல் பாதுகாக்கப்படும்.

உப்பு நீரையுடைய கடலுக்கு அருகே நன்னீர் இருப்பது போல, சிறுநீர் வாயிலுக்கு அருகே காம நீர் உள்ளது. உடலுறவு கொள்ளும்போது கீழ்நோக்கிச் செல்லும் விந்துவின் மடையை மாற்றி, மேல் நோக்கிச் செலுத்துவதே படுக்கை யோகத்தின் நோக்கம்.

வெள்ளை நிறத்தில் உள்ள விந்து இந்த யோகத்தின்போது பொன்னிறமாகத் தோன்றும். அண்ட செல்களுக்குள் கலக்காது. காம நீரை கீழ்நோக்கிச் செலுத்தும்போது அமுரி என்பர். மேல் நோக்கிச் செலுத்தும்போது சிவநீர் என்பர்.

காலமும் நேரமும் கிடைக்கின்ற போதெல்லாம் உடற் புணர்ச்சியில் ஈடுபடக் கூடாது. அதற்கென காலமும் நேரமும் உள்ளது. காலத்துக்கு ஏற்ற காரியத்தைச் செய்வதே கற்றோர்க்கு அழகு.

உடற் புணர்ச்சிக்குரிய காலத்தில் புணர்ச்சியை நிகழ்த்தினால், விந்தின் ஆற்றல் வீணாகாமல் பாதுகாக்கப்படும்.

பெண்டிர் பூப்பெய்திய பின்னர், ஐந்து நாள்களுக்கு மேல் இருபத்தொரு நாள்களுக்குள் உடலுறவு கொள்ளலாம். இந்நாள்களில் புணர்ச்சி நிகழ்ந்தால், கருவாகும் வாய்ப்புகள் கூடுதலாகும்.

ஆனால் யோக நெறியினை மேற்கொள்பவர் புணர வேண்டிய நாள்கள், இல்லறத்தோரின் நாள்களுக்கு வேறுபட்டவை.

வளர்பிறையில், முதல் எட்டு நாள்கள் இவ்வகையோர் புணரக் கூடாது. அதை அடுத்து வரும் ஆறு நாள்கள் புணர்ச்சிக் குரிய காலமாகும். அதேபோல் தேய்பிறையில், முதல் ஆறு நாள்கள் மட்டும் புணர்ச்சிக்குரிய நாள்களாகும். பெண்டிர்

பூப்பெய்திய பின்பு ஐந்து, ஆறு, பதினொன்று ஆகிய நாள்கள் அல்லாமல் மற்ற நாள்களில் புணர்ச்சியை நிகழ்த்தலாம்.

இரவின் முதல் சாமமும் கடை சாமமும் அல்லாத நடுச் சாமங்கள், உடல் புணர்ச்சிக்குப் பொருத்தமான நேரமாகும். சொல்லப்பட்ட இந்நேரத்தில் புணர்ச்சி நிகழ்ந்தால் விந்து வீணாகாது.

புணர்ச்சி என்பது மிகப்பெரிய கலை. அதனை மோக வெறியாகக் கையாளாமல் யோக நெறியாக நின்று செய்தல் வேண்டும். உடலுறவின் போது, பதற்றமும் அவசரமும் இல்லாமல் செய்ய வேண்டும்.

விரைவாக மூச்சு விடாமல் இயல்பான முறையில் ஈடுபடுதல் வேண்டும். சலனமடையாமல், ஒரு தெளிந்த நீரோடை போல மனத்தை வைத்திருக்க வேண்டும்.

பெண்ணின் இளமை கொஞ்சும் கட்டுடல், அமுதம் சுரக்கும் இதழ்கள், உருண்டு திரண்டெழுந்த பருத்த மார்பு இவற்றை எண்ணிக்கொண்டே புணரக் கூடாது. அப்படிச் செய்யும் போது, விந்து விரைவாக வெளிப்பட்டு இன்பமே அடைய முடியாமல் போகலாம்.

கொண்ட குணனே, நலனே நற்கோமளம்
பண்டை உருவே, பகர்வாய்ப் பவளமே
மிண்டு தனமே மிடைய விடும் போதில்
கண்ட கரணம் உள் செல்லக் கண்டே விடே'

ஆக, வாழ்க்கை இன்பத்தால் நிறைந்துள்ளது. இன்பத்திற்கான கருவிகளும் உங்கள் வசம். அவசரமோ ஆர்ப்பாட்டமோ இல்லாமல் உங்கள் படுக்கையை அலங்கரியுங்கள்.

விதைப்புக்கு ஏற்றவாறே விளைச்சல் இருக்கும். புணர்ச்சியின் நிலைக்கேற்பவே கருவானது உருவாகும்.

பெண்ணின் கருப்பைக்குள் செல்கிற விந்து, வெறும் கையை வீசிக்கொண்டு செல்வதில்லை. குழந்தையின் விதியினைத் தீர்மானிக்கின்ற நாற்பத்தேழு பொருள் களை சீராகக் கொண்டு செல்கிறது. சுவை, ஒளி, ஊறு, ஓசை, நாற்றம், மனம், புத்தி, அகங்காரம், காமம், துன்பம் ஆகியவை இவற்றுள் அடங்கும். இவையனைத்தை யும் சீராகக் கொண்டு செல்கின்ற விந்து, ஆரோக்கியமான குழந்தையைத் தருகிறது.

இவற்றை சீராக கருவறைக்குள் விந்து எடுத்துச் செல்லாவிட்டால், பிறக்கும் குழந்தை பன்றிபோல பிறக்கும் என்று கேலி செய்கிறது திருமந்திரம்.

'போகின்ற எட்டும் புகுகின்ற பத்தெட்டும்
மூழ்கின்ற முத்தனும் ஒன்பது வாய்தலும்
நாகமும் எட்டுடன் நாலு புரவியும்
பாகன் விடான் எனின் பன்றியுமாமே'

உடலுறவின் போது கருவாய்க்குள் செல்லும் விந்து, பெண்ணின் சுரோணிதத்தை எதிர்த்துச் சென்றால், உருவாகும் குழந்தை சிவன் குணத்தைப் பெற்றிருக்கும்.

விந்துவை சுரோணிதம் எதிர்த்து நின்றால், பிறக்கும் குழந்தை திருமாலின் குணத்தைப் பெற்றிருக்கும்.

இரண்டும் சம அளவில் கூடினால், பிறக்கும் குழந்தை பிரம்மனின் குணத்தைப் பெற்றிருக்கும்.

இம்மூன்று தன்மைகளும் சேர்ந்திருந்தால், பிறக்கும் குழந்தை உலகை ஆளும்.

குரோமோசோம் என்ற ஜீன் 'தாய் தந்தையரிடமிருக்கும் மரபுப் பண்புகளை சந்ததிகளுக்குக் கடத்தும்' என்ற அறிவி யலுக்கு முன்னோடியாகத் திகழ்கிறது திருமந்திரம்!

உடலுறவின் போது ஆண் விந்து மிகுதியாகக் கருக்குழிக்குள் நுழைந்தால், பிறக்கும் குழந்தை ஆணாகும். பெண் சுரோணி தம் மிகுதியானால், பெண் குழந்தையாகும். இரண்டும் சம மானால் குழந்தை அலியாகும்.

விந்து, ஐந்து விரற்கடை தூரம் ஓடி கருக்குழியில் நுழைந்தால், கருவாகும் குழந்தைக்கு ஆயுள் நூறு.

நான்கு விரற்கடை அளவு ஓடி நுழைந்தால் ஆயுள் எண்பது.

பிறக்கப் போகும் குழந்தை குட்டையாய் இருக்குமா, நெட்டையாய் இருக்குமா?

ஆணின் விந்துப் பயணத்தின் தூரமே சிசுவின் உயரமாகும். விந்துவைச் செலுத்தும் வாயு குறைந்தால், குழந்தை

குட்டையாகும். வாயு மெலிந்தால், குழந்தை முடமாகும். வாயு தடைப்பட்டால் குழந்தை கூனாகும்.

கரு வளரும் காலத்தில் தாயின் வயிற்றில் மலம் மிகுதியாக இருக்குமானால், பிறக்கும் குழந்தை மந்தத் தன்மை கொண்ட தாக இருக்கும். சிறுநீர் மிகுதியானால், குழந்தை ஊமையாகும். இவ்விரண்டும் மிகுந்தால் குழந்தை குரு டாகும்.

எது எப்படியோ, இன்பத்தை விரும்பி ஆணும் பெண்ணும் கூடுகிறார்கள். கரு தோன்றுகிறது. நீரும் பாலும் கலந்திருப்பது போல, ஐம்பூதங்களும் கருவில் கலந்திருக்கிறது.

குயிலின் முட்டையை தன் முட்டை என்றெண்ணி அடைகாத்துக் கொண்டிருக்கும் காக்கையைப் போல, தாய் தன் கருவில் குழந்தையை வளர்க்கிறாள்.

கருவில் தோன்றிய உடம்பு, மாயை என்னும் வளர்ப்புத் தாயோடு வளர்கிறது. அனுபவத்தைப் பெறுவதற்காகவே பூமியில் பிறக்கிறது.

தாயையும் தந்தையையும் கருவிகளாகக் கொண்டு, விதியின் விளையாட்டு தொடர்ந்துகொண்டிருக்கிறது.

உலகின் ஒவ்வொரு உயிருக்கும் ஓர் ஆயுட் காலம் வரையறுக்கப்பட்டுள்ளது.

அரும்பில் உதிர்வது, பூவில் உதிர்வது, பிஞ்சில் உதிர்வது, காயில் உதிர்வ தெல்லாம் கணக்கில்லை.

'நூறாண்டு காலம் வாழ்க!' என்று வாழ்த்து வதன் மூலம் மனிதனின் ஆயுட்காலம் நூறாண்டுகள் என நம்புகிறோம்.

துன்பத்திலேயே வாழ்பவன்கூட மரணத்தை விரும்புவதில்லை.

மரணத்திலிருந்து தப்பித்துக்கொள்ள மனி தன் செய்யும் வேள்விகள் என்ன, சடங்கு கள் என்ன, யாகங்கள் என்ன!

அத்தனையும் கேலிக் கூத்து, சிறுபிள்ளைத் தனம்.

நாட்டு மருந்து நல்லதா? அலோபதி நல்லதா? யுனானி நல்லதா? ஆயுர்வேதம் நல்லதா?

எல்லா மருந்தையும் வாங்கிச் சாப்பிட்டாலும், உடல் நோய் தீர உத்திரவாதம் இல்லையே!

நூறாண்டு காலம் வாழ்வது எப்படி சாத்தியம்?

சாத்தியமே என்று திருமூலர் சொல்கிறார்.

நூறாண்டுகள் அல்ல... ஆயிரம் ஆண்டுகளல்ல... ஒரு யுக மல்ல... ஐந்து யுகங்கள்கூட வாழ முடியும் என்கிறார் திருமூலர்.

பொதுவாக ஓரிடத்தில் வளரும் மூலிகை இன்னொரு இடத்தில் வளர்வதில்லை.

எல்லா இடத்திலும் வளர்கிற மூலிகையைக் கண்டறிந்து அவற்றுக்கு கற்ப மூலிகை எனப் பெயரிட்டுள்ளார் திருமூலர்.

'கற்ப' என்பதற்கு மூலம், அடிப்படை எனப் பொருள். இவ்வாறு 108 கற்ப மருந்துகளைக் கண்டறிந்துள்ளார் அவர்.

இந்த வகையான கற்பங்களை முறைப்படி உண்டு வந்தால், இனிக்கும் இளமையோடு வாழலாம்; என்றைக்கும் இளமை யோடு வாழலாம். நரை, திரை நீங்கும். மரணத்தை வென்று மகத்தான வாழ்க்கை வாழலாம்.

பாற்கடலில் கடைந்தெடுத்த அமுதத்தை உண்டால், தேவர் கள் மரணமின்றி வாழவில்லையா!

திருமூலரின் கற்ப மூலிகைகளும், அமுதத்துக்குச் சமமானவை தான்.

இந்த அரிய வழிமுறையினை அறிந்து கொள்ளாமலிருப்பது யாருக்கு நட்டம்? திருமூலருக்கா, இவ்வுலகோர்க்கா?

அஞ்சு யுகத்தின் அழியாமல் காயந்தான்
மிஞ்சிய கற்பம் விளம்பினோம் நூற்றெட்டுத்

தஞ்ச முறவே தாந்தின்ன வல்லோர்க்கு
பஞ்சு நரைபோய்ப் பதிந்தோங்கி வாழ்வரே

என்ற திருமந்திரப் பாடலைப் பாராயணம் செய்யுங்கள்.

உடம்பைப் பாதுகாக்க வழியறியாமல் அறிவியல் உலகம் விழி பிதுங்கி நிற்கும் வேளையில், திருமூலரின் மந்திரம் அற்புதமல்லவா?

பிறப்பும் இறப்பும் நிலையானவை, அதைத் தடுக்கவோ வெல்லவோ முடியாது என்ற கருத்து உலவிக் கொண்டிருந்த காலத்தில் -

உடம்பை வளர்க்கும் உபாயம் அறிந்தேன்
உடம்பை வளர்த்தேன் உயிர் வளர்த்தேனே

என்றதொரு வெற்றி முழக்கமிட்டவர், நம்பிக்கையை நடவு செய்தவர் திருமூலர்.

மரணமில்லாப் பெருவாழ்வுக்கு யோசித்தவர் அவரே.

'குரு' என்றால் மூலம் என்று பொருள். மூல மருந்தைக் கண்டறிந்த அவனே திருமூலன்.

நோய் எப்போது உருவாகிறது தெரியுமா? குழந்தை கருவாகும் போதே நோயும் உருவாகி விடுகிறது.

தன் நோய்க்குத் தானே காரணம். தன் நோய்க்குத் தானே மருந்து என்கிறது தத்துவம்.

மனித உடம்பில் உண்டாகும் நோய்கள் 4448. ஒரு நோயின் கொடுரத்தையே தாங்கிக் கொள்ள முடியவில்லை. இத்தனை நோய் களும் சேர்ந்து வந்தால்...

பயந்து போக வேண்டாம். கைவசம் மருந்து இருக்கிறது!

ஆயிரக்கணக்கான ரூபாயில் மருந்து வாங்கி, மருந்தையே உணவாக உண்ணும் வழக்கத்தைக் கைவிடுங்கள்.

'பூரணச் சந்திரோதயம்' என்று ஒரு மருந்திருக்கிறது. தமிழ் மருத்துவத்தின்

தலைசிறந்த மருந்தாக இது கருதப்படுகிறது. சுத்தி செய்த இரசம், தங்கம் கட்டப்பட்ட கெந்தகம் சேர்த்துச் செய்யப் படுகிறது இம்மருந்து. இம்மருந்தை முறையாகச் சாப்பிட்டு வந்தால், அந்த 4448 நோய்களும் நீங்கி விடுமாம்.

கழுத்துக்கு மேல் உள்ள பகுதியில் 1008 நோய்கள் உருவாகிற தாம். கண்ணுக்கு ஒரு மருத்துவர், பல்லுக்கு ஒரு மருத்துவர், தொண்டைக்கு ஒரு மருத்துவர் என தனித்தனியாகத் தேடிச் செல்ல வேண்டியதில்லை.

'பஞ்ச கற்பம்' என்றொரு மருந்து இருக்கிறது. நெல்லிக்காய், மிளகு, கருக்கால், கஸ்தூரி மஞ்சள், வேப்பங்கொட்டை ஆகியவற்றை உரிய அளவில் அரைத்து மாவாக்கிக் கொண்டு, காய்ச்சிய பசும்பாலில் கலந்து செய்யப்படுவது.

இந்த மருந்தை தொடர்ந்து தலைக்குத் தேய்த்துக் கொண்டு வந்தால் தலைநோய்கள் அகன்றுவிடும். கண்பார்வை கூர்மை யாகும். மேனி வனப்பாகும். அறிவு தெளியும்.

'அளக நன்நுதலாய் ஓர் அதிசயம்
களவு காயம் கலந்த இந்நீரில்
மிளகு நெல்லியும் மஞ்சள் வேப்பிடில்
இளகும் மேனி இருகும் கபாலமே'

- என்ற பாடலால் மேற்கூறிய செய்தி அறியப்படுகிறது.

இந்த மூலிகைகளையெல்லாம் எங்கே தேடிப்போவது, எப்படிச் செய்வது என்ற குழப்பம் உடையவர்களுக்கு இலவச மாகவே ஒரு மருந்திருக்கிறது. அதுதான், உங்கள் உடலுக் குள்ளேயே இருக்கும் மருந்து.

'மறுப்பது உடல்நோய் மருந்தென லாகும்
மறுப்பது உளநோய் மருந்தென லாகும்
மறுப்பது இனிநோய் வாரா திருப்ப
மறுப்பது சாவை மருந்தென லாகும்'

மருந்து என்றால் என்ன? எது நல்ல மருந்து? உடல் நோயையும் மன நோயையும் போக்க வேண்டும். நோயே வராமல் தடுக்க வேண்டும். அதுதானே உயரிய மருந்து.

இப்படிப்பட்ட உயரிய மருந்துதான் நம் உடலுக்குள்ளேயே உள்ளது.

மூலாதாரத்திலிருக்கும் ஆற்றலை மூலக்கனலால் எரித்து தலையின் உச்சிக்குச் செலுத்தினால், உயிரின் மூலத்திலிருந்து உயிரொளி தோன்றும்.

அந்த ஒளியை உடல் முழுவதும் பரவச் செய்தால், உடம்பி யுள்ள நோய்களனைத்தும் ஓடிவிடும்.

இந்த மருந்து வீரியத்தால் உண்டானது என்பதால், வீர மருந்து என்று சொல்வர். பெண்ணின் துணையால் கிடைக்கப் பெறுவ தால், நாரி மருந்தென்பர். ஆகாய வெளியாகிய தலை உச்சியில் தோன்றுவதால், தேவ மருந்தென்பர். இது மருந்துகளுக் கெல்லாம் மருந்தென்பதால் ஆதி மருந்தென்பர்.

இப்படிப்பட்ட ஓர் அரிய மருந்து நமக்குள்ளேயே இருக்கும் போது, வண்ண வண்ண மாத்திரைகளுக்கு வணக்கம் சொல்லி அனுப்புவோமே!

தியானம் என்றால் மனதை ஒருமுகப் படுத்துவது என்று பொருள்.

அலைபாயும் மனதை அடக்கினால், மனம் அமைதியாகி விடுகிறது. அமைதியான மனத்தோடு செய்யும் தொழில்கள் வெற்றியைத் தருகின்றன.

மாறாக - குழம்பிய மனத்தோடு தொடங் கும் செயல்கள் தோல்வியில் முடிகின்றன.

கண், காது, மூக்கு, நாக்கு ஆகியவற்றின் கவனங்களைத் தன்பக்கம் திருப்புவது தியானம்.

உள்நாக்குப் பிரதேசத்துக்கு முன்பக்கமாக உள்ளது அண்ணாக்குப் பகுதி. இதற்கும் தலை உச்சிக்கும் இடையில் முன்புறத்தில், பிட்யூட்டரி என்னும் நாளமில்லா சுரப்பி இருக்கிறது. பின்புறத்தில், பீனியல் சுரப்பி இருக்கிறது.

இவ்விரு சுரப்பிகளில்தான் மனித அறிவு பதியப்படுகிறது.

மனிதன், தன் உடலைப் பற்றியும் உயிரைப் பற்றியும் சிந்திக்கும் போதில், அச்சுரப்பிகள் வலுவடைந்து நாதத்தை எழுப்புகிறது. அந்த நாதம், ஒளி வடிவாகத் தோன்றும். அந்த ஒளியே பரம்பொருள் எழுப்பும் ஒளி.

அந்த ஒளியை அகக் கண்ணால் கண்டு அனுபவித்தாலே போதும். தலை உச்சியில் கங்கை நீர் பாய்ந்தோடுவது போன்ற உணர்வு தோன்றும்.

தியானத்தை எப்படிச் செய்வது?

- உங்கள் கண் பார்வையை, புருவத்தின் நடுவில் வைத்திருங்கள். கேசரி முத்திரை என்று இதனைக் குறிப் பிடுவர்.

- சோர்ந்து போகாமல் தொடர்ந்து பார்த்துக் கொண்டிருங்கள்.

- இப்போது மனத்தின் ஓட்டம் நின்றுவிடும்.

- தன்னைப் பற்றிய அறிவு இருக்காது.

- ஒளியைத் தவிர இருள் என்பதே இல்லாமலிருக்கும்.

- வண்டு, தும்பி, சங்கு, பேரிகை, யாழ், மணி, மேகம், கடல், யானை, புல்லாங்குழல் ஆகியவை எழுப்பும் ஓசைகள் நுண்ணொலியாகக் கேட்கும்.

- இப்போது பரம்பொருளை நீங்கள் ஒளிவடிவாகக் காணலாம்.

முகக்கண் கொண்டு பார்ப்பது மூடத்தனம். அகக்கண் கொண்டு பார்ப்பதே ஆனந்தம் என்பதே திருமந்திரத்தின் கருத்தாகும்.

முகத்தின் கண்கொண்டு காண்கின்ற மூடர்காள்
அகத்தின் கண்கொண்டு காண்பதே ஆனந்தம்

மகட்குத் தாய்தன் மணாளனோடு ஆடிய
சுகத்தைச் சொல்லென்றால் சொல்லுமாறு எங்கனே

ஆனால், அகக் கண்ணால் காணும் ஆனந்தத்தை விவரிக்க இயலாது.

தாயானவள், தன் கணவனுடன் பெற்ற உடலின்பத்தைத் தன் மகளுக்கு விளக்கமாகச் சொல்ல இயலுமா என்றொரு வினாவை எழுப்புகிறது திருமந்திரம்.

எத்தனை நூறு ஆண்டுகள் யோகம் பயின்றாலும் ஒளிவடிவாகத் தோன்றும் பரம்பொருளைக் கண்டிருக்க மாட்டார்கள். என்ன பயன்?

தியானத்தின் நோக்கமே அங்கே சிதறுண்டு போகிறது.

உங்களுக்குள்ளே இருக்கும் பரம்பொருளை கண்ணாடியில் காண்பது போல காண்பதற்கு - தியானம் இருங்கள்!

மனிதன், உணவு இல்லையென்றால்கூட வாழ்ந்து விடலாம். காற்று இல்லாமல் என்ன செய்வதாம்?

நாம் மூச்சு என்று சொல்கிறோமே... காற்றில்லாமல் போனால் அந்தச் சொல்லுக்கே இடமில்லை! அப்படித் தானே?

நம் உடம்பில் குடித்தனம் நடத்தும் உயிருக்குத் தேவையே மூச்சுதான். மூச்சு போனாலோ எல்லாமே போச்சுதான்!

மூக்கின் வழியாக நமக்குள் செல்லும் காற்றானது, நேராக உச்சந்தலைக்குச் செல் கிறது. மீண்டும் நெஞ்சின் வழியாக மூலா தாரத்தைச் சென்றடைந்து, நுழைந்த வழி யாகவே வெளியேறிவிடுகிறது.

இந்த மூச்சுக் காற்று முறையாக இயங் கினால், உடல் ஒளி பெறும். தலைமுடிக்கு

'டை' அடிக்க வேண்டியதில்லை. மருத்துவருக்கு செலவு செய்ய வேண்டியதில்லை. நீண்ட ஆயுளோடு நிம்மதியாக வாழலாம்.

இந்தக் கணக்கை கொஞ்சம் கவனியுங்கள்:

சராசரியாக, நாள் ஒன்றுக்கு 21600 முறை மூச்சுக்காற்றை உள் வாங்கி வெளிவிட வேண்டியிருக்கிறது.

நாம் உள்ளிழுக்கும் மூச்சுக் காற்றானது பன்னிரண்டு அங் குலம் அளவு கொண்டிருக்கும். வெளிவிடும்போது நான்கு அங்குலமாகக் குறைந்து விடும். மீதமுள்ள இரண்டு பங்கு, உடம்பில் தங்கி விடும். நாளொன்றுக்கு பாழாகும் காற்றின் அளவு 7,200 அங்குலமாகும். வீணாகும் காற்றும் உடம்பில் தங்குவதற்குரிய பயிற்சியை மேற்கொண்டால் மரண பய மில்லை.

ஏனோதானோ என்றுதான் எல்லோரும் சுவாசிக்கிறோம். ஏன் சுவாசிக்கிறோம் என்பதை அறிந்து சுவாசிப்பதில்லை. நம் உடலிலுள்ள ஒவ்வொரு அணுக்களுக்கும் காற்றுதான் தீனி.

காற்றை இடப்புற மூக்கின் வழியாக உள்ளுக்குள் இழுத்து உள்ளே அடக்கி வைத்திருந்து, பின்னர் வலப்புற மூக்கின் வழியாக வெளிவிட வேண்டும்.

இப்படிச் செய்தால், உடல் தளர்ந்து போகாமல் கம்பீரத்தோடு காட்சியளிக்கும். உள்ளுறுப்புகள் தூய்மையாகும். இரத்த ஓட்டம் மிகுதியாகும்.

> 'ஏற்றி இறக்கி இருகாலும் பூரிக்கும்
> காற்றைப் பிடிக்கும் கணக்கறி வாரில்லை
> காற்றைப் பிடிக்கும் கணக்கறி வாளர்க்குக்
> கூற்றை உதைக்கும் குறியது வாமே'

காற்றைப் பிடிக்கும் கணக்கை அறிந்துகொண்டால் எமனையே எட்டி உதைக்கலாம் என்கிறது இந்த செய்யுள்.

உலகிலேயே அதிக நாள் உயிர்வாழும் விலங்கு ஆமை. ஆமை என்ன காயகல்பம் சாப்பிடுகிறதா அல்லது யோக நெறிதான் பயில்கிறதா?

கீழ்க்காணும் ஆய்வு முடிவினை கொஞ்சம் படியுங்களேன்.

- ஒரு நிமிடத்துக்கு 18 முறை சுவாசித்தால், ஆயுள் 83 ஆண்டுகள்.

- ஒரு நிமிடத்துக்கு 15 முறை சுவாசித்தால், ஆயுள் 100 ஆண்டுகள்.

- ஒரு நிமிடத்துக்கு 2 முறை சுவாசித்தால், ஆயுள் 750 ஆண்டுகள்.

- ஒரு நிமிடத்துக்கு 1 முறை சுவாசித்தால், ஆயுள் 1500 ஆண்டுகள்.

ஆமை, ஒரு நிமிடத்துக்கு 3 முறை மட்டுமே மூச்சு விடுகிறது. எனவே, நீண்ட நாள் வாழ்கிறது.

ஆக, நீண்ட நாள் வாழ வேண்டுமானால் சுவாசத்தைக் கட்டுப்படுத்தும் மூச்சுப் பயிற்சியைச் செய்ய வேண்டும்.

ஓ! பேச்சு மூச்சு இல்லாமல் இருப்பது இதுதானா! என்று பெருமூச்சு விடாதீர்கள். அதற்கு, வேறு அர்த்தம்!

'பக்தி முத்திப் போச்சு; பக்தர் கூட்டமோ கூடிப் போச்சு. இறைவனைப் புரிந்து கொண்டவர்தான் எவருமில்லை' என்று கவலை கொள்கிறது திருமந்திரம்.

காசிக்குச் சென்றால் புண்ணியம், கங்கை யில் மூழ்கினால் பாவம் தொலையும் என்றெல்லாம் நம்பிக்கொண்டு வடக்கு நோக்கிச் செல்கிறார்கள் பலர். புனிதத் தலங்களை தரிசிக்க வேண்டும் என்று சுற்றுலா செல்கிறார்கள்.

'இந்தக் கோயிலில் இந்தக் கடவுள் காட்சி தந்தாராம். அந்தக் கோயிலில் அப்படிப் பட்ட அற்புதம் நடந்ததாம்!' என்றெல்லாம் நம்பி ஓடுபவர்களைச் சாடுகிறார் திரு மூலர்.

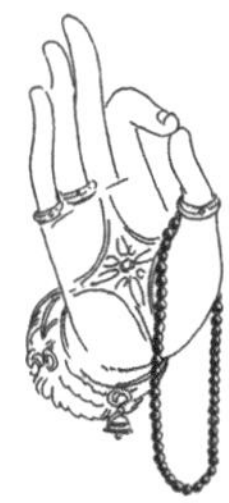

'அன்று நின்றான் கிடந்தான் அவன் என்று சென்று நின்று எண்திசை ஏத்துவர் தேவர்கள்

'என்றுன் நின்று ஏத்துவன் எம்பெருமான் தன்னை
ஒன்றி என் உள்ளத்தின் உள் இருந்தானே'

உள்ளத்தில் உயிராகச் சுடர் விடுபவன் இறைவன். உள்ளமே சிவன் வாழும் திருத்தலம். தமக்குள்ளேயே இருக்கும் இறைவனைத் தரிசிக்க முடியாதவர், எங்கெங்கோ தேடி அலைகின்றனர் என்று வருத்தப்படுகிறது இச்செய்யுள்.

கோயில் வழிபாட்டு முறையை திருமந்திரம் ஏற்கவில்லை. திருக்கோயிலில் நிகழ்த்தும் வழிபாடு, உடம்பின் உள்ளே இருக்கும் இறைவனைச் சென்று சேராது. உடம்பின் உள்ளே இருக்கும் இறைவனை வழிபட்டால், அதுவே உண்மையான கோயில் வழிபாடாகும்.

கற்களால் கட்டப்பட்ட ஆலயம் ஆலயமல்ல. தசையும் எலும்பும் கொண்ட இந்த உடம்பே ஆலயமாகும்.

இந்த உண்மைகளையெல்லாம் அறிந்து கொள்வதற்கு, ஒருவன் முதலில் தன் அகக் கண்களைத் திறந்து பார்க்க வேண்டும். முகத்தின் கண்கொண்டு பார்ப்பவர்கள் மூடர்கள்; அகத்தின் கண்கொண்டு பார்ப்பவர்கள் ஆனந்தத்தை அறிபவர்கள்.

இன்னும் சிலபேர், தாம் செய்யும் தவறுகளை எவருமே பார்க்கவில்லை என்று சந்தோஷமடைகின்றனர். தம் உள்ளத்துக்குள் இறைவன் இருக்கிறான் என்ற உண்மை உணர்ந்தவர்களா இவர்கள்?

ஆக, உங்களுக்குள் இருக்கிறான் உங்கள் சிவன்.

அன்பே, வாழ்க்கையின் ஆணிவேர். இந்த பூமி இன்னும் சுழன்று கொண்டிருப் பதற்குக் காரணம் அன்பேயாகும். அன்பு எங்கிருக்கிறதோ அங்கேதான் தர்மம் குடி கொண்டிருக்கிறது.

அறத்திற்கும் அன்பு சார்பென்ப அறியார்
மறத்திற்கும் அஃதே துணை

வள்ளுவரின்   இக்குறள்,   அன்பின்
உயிர்ப்பை உணர்த்துகிறது.

எல்லா அறநூல்களும் அன்பையே வலி யுறுத்துகின்றன.

திருமந்திரம், அன்பையே சிவனாகக் காண் கிறது.

'அன்பு சிவம் இரண்டென்பார் அறிவிலார்'
'அன்பே சிவமாவது'

என்ற சொற்றொடர்கள் இதனை உணர்த்தும். அன்பை ஆதார மாகக் கொண்டவர்களால் மட்டுமே இன்ப நிலையை அடைய முடியும்.

என்பே விறகாக இறைச்சி அறுத்திட்டுப்
பொன்போல் கனலில் பொரிய வறுப்பினும்
அன்போடு உருகி அகங்குழை வார்க்கின்றி
என்போல் மணியினை யெய்த ஒண்ணாதே'

- என்ற வரிகள் இதனைத் தெளிவாக்குகின்றன.

இன்றைய உலகம் துன்பத்தில் ஆழ்ந்திருக்கிறது என்றால் என்ன காரணம்?

தூய்மையான அன்பு இல்லாததே; அன்பிலும், சுயநலத்தைக் கலந்துவிட்டதே காரணம்.

உயிர்களனைத்தும் இறைவனின் படைப்பு எனக் கருதி, உலக உயிர்களின் துன்பத்தை நீக்க முயல வேண்டும். அதுவே, இறைவனைத் தொடுவதற்குச் சமம்.

உலகில் உள்ள அனைத்தும் மாறிவிட்டன, அன்பைத் தவிர!

'வாழ்க்கை வாழ்வதற்கே!' என்றறிந்தவர்கள், தங்களிடமுள்ள அன்பு பிறர்பால் செலுத்துவதற்கே என்பதையும் அறிந்து கொள்ள வேண்டும்.

செய்யும் தொழிலில் அவரவர்க்கு வேறுபாடு இருக்கலாம். செலுத்தும் அன்பினில் வேறுபாடு இருக்கக் கூடாது.

லிங்கம் இன்னது என்று உணர்த்துவது
அரிது.

கடல் சூழ்ந்த இவ்வுலகமும், பரந்து விரிந்து
கிடக்கும் ஆகாய வெளியும், அறுபத்து
நான்கு கலைகளும் லிங்க உருவமே.

எல்லாம் சிவ மயம் என்பது நாம் உணர
வேண்டிய தத்துவம்.

'மானுடர் ஆக்கை வடிவு சிவலிங்கம்
மானுடர் ஆக்கை வடிவு சிதம்பரம்
மானுடர் ஆக்கை வடிவு சதாசிவம்
மானுடர் ஆக்கை வடிவு திருக்கூத்தே'

சீவனாகிய உயிர் இருக்குமிடமே சிவலிங்
கம் என்று மேற்கண்ட பாடல் குறிப்
பிடுகிறது.

மனித உடலை, சிதம்பரமாகவும் சதாசிவ
மாகவும் குறிப்பிடுகிறது.

ஒவ்வொருவருக்கும் அவரவர் உடலே சிவலிங்கமாகும்.
சிவன் உள்ளத்தில் இருப்பதால் உடல் சிவலிங்கம்தானே!

உலகப் பொருள்களில் உள்ள உயிர் அகரமாகும். உயிர்
சிவனாக இருப்பதால், அவனே அகரமாகத் திகழ்கிறான்.

எந்தப் பொருளிலும் உள்ள ஆற்றல் சக்தியைக் குறிப்பது உகர
மாகும். அகரமும் உகரமும் கலந்தது உலகம்.

ஆக, அகரம் - உயிர்; உகரம் - உடல்; உடலும் உயிரும் கலந்தது
உலகம் என்பதை

அகர உகர வடிவமே சிவலிங்கம்

(திருமந்திரம் 1753)

என்ற திருமந்திர வரியின் மூலம் அறியலாம்.

சகஸ்ரதளம் என்று சொல்லப்படுகிற தலை உச்சியில், ஒளி
வடிவாக ஆத்மலிங்கம் தோன்றும். விந்துவும் நாதமும் கலந்த
ஆத்மலிங்கத்தை ஆதாரமாகக் கொண்டே, பஞ்சபூத நாயகர்
களும் படைத்தல் தொழிலைச் செய்கின்றனர்.

நூலாசிரியனே, கற்பிக்கும் ஆசிரியனாக அமைந்துவிட்டால் பரவசமோ பரவசம்.

அந்நூலில், ஆசிரியர் வாழ்ந்த மண்ணின் மணம் வீசும். திருமூலர் வாழ்ந்த சூழல், திருமந்திரத்தில் நன்கு வெளிப்பட்டுள்ளது.

காவிரி நதியால் வளம் கொழித்த பகுதி சோழ மண்டலம். அந்தச் சோழமண்டலத் தில் அமைந்துள்ள மருதநிலத்தில் வாழ்ந் தவர் திருமூலர். மருதநிலமென்பது வயல் நிறைந்த பகுதியாகும். ஆகவே, விவசாயம் தொடர்பான உவமைகளை தனது திரு மந்திரத்தில் கையாண்டிருக்கிறார் திரு மூலர்.

'தன்னை அறிதல்' என்பது இன்பத்தைத் தரக்கூடியது. தன்னை அறியாமலிருப்பது துன்பத்தைத் தரக்கூடியது என்ற கருத்தை எப்படிச் சொல்கிறார் தெரியுமா?

வாழைப் பழுத்துக் கிடக்குது வையகம்
வாழையைச் சூழத் தாழ்கோத்து நிற்குது
தாழைத் திறந்து கனியுண்ண மாட்டாதார்
தாழம் பழத்துக்குத் தள்ளுண்ட வாறே

- என்கிறார்.

வாழைக்கனி பழுத்துக் கிடக்கிறது. ஆனால், அங்கே செல்
வதற்குக் கட்டுப்பாடுகள் அதிகம். ஓரிடத்தில் தாழம் பழம்
பழுத்துக் கிடக்கிறது. அங்கே செல்ல, எந்தக் கட்டுப்பாடும்
இல்லை. அதற்காக வாழையை விடுத்து தாழைக் கனியை
உண்ணலாமா?

ஆனால், இந்த உலகத்தில் பலபேர் தாழைக்கனியைத்தான்
உண்கிறார்கள்.

தன்னை அறியாமல், சிற்றின்பத்தை நாடி திரிந்து கொண்டிருக்
கிறார்கள்.

இன்னொரு இடத்தில், பெண்ணின் சுரோணிதத்தையும்
ஆணின் விந்துவையும் உருவகித்துள்ளார். எப்படி தெரியுமா?

'அத்திப் பழமும் அரைக்கீரை நல்வித்தும்
குத்திக் குதறி கூட்டில் அடைத்து'

சிவப்பு நிறமுடைய சுரோணிதத்தை அத்திப் பழமாகவும்,
கிள்ளக்கிள்ள முளைக்கும் அரைக்கீரையை விந்துவாகவும்
உருவகப்படுத்துகிறார்.

அரைக்கீரையும் அத்திப் பழமும் கலந்து நிறைந்த
தோட்டத்தைப் போல, விந்துவும் சுக்கிலமும் கூடிப் பிறந்தது
உடம்பு என்கிறார்.

ஒரு தோட்டத்தில் கத்தரி விதைத்தால் பாகற் கொடி முளைக்
கிறது. தோட்டத்து மண்ணைத் தோண்டினால் பூசணி மலர்
கிறது. பூசணிக் கொடியில் வாழைக் கனி பழுக்கிறது.

அத்தோட்டத்தில் குடியிருந்தவர்கள், அதனைக் கண்டு வணங்கி ஓடுகிறார்கள்.

புதிர் போடுவது மாதிரி இருக்கிறது இல்லையா?

உயிராகிய குண்டலியை விசுத்தி ஆதாரத்தில் மேல் நோக்கி செலுத்தும்போது, அது அருள் சக்தியாக மாறுகிறது. இதனை, கத்தரி விதை பாகற்கொடியாக முளைத்தது என்கிறார்.

உடலை உடலே பூசிப்பது பூசணி பூத்தது என்றும், 36 தத்துவங் கள் வாழ்வை அளிப்பதால் வாழைக்கனி பழுத்தது என்றும் கூறப்பட்டது.

வாழை மரமானது, பழம் ஈன்றதும் மடிந்து விடுவதைப் போல, உயிர்ப்பழம் பழுத்தால் (சிவப்பழம்) உலகியல் தொடர்பு விடுபட்டு, பேரின்ப நிலைபெறும்.

விவசாயி ஒருவனுக்கு, மூன்று ஜோடி ஏர் உழும் எருதுகள் இருக்கின்றன. விவசாயத்தைப் பெருக்கவேண்டிய அவன், நல்ல நிலத்தை உழாமல் களர் நிலத்தை உழுது கொண்டி ருக்கின்றான். விளையாத நிலத்தை உழுகின்றவன் என்ன விவசாயி?

இடகலை, பிங்கலை, சுழுமுனை ஆகிய நாடிகள் - உழுகின்ற ஏர்கள். மூலாதாரம் என்பது நல்ல வயலாகும். இதில் நல்ல விளைச்சலை உழுதால், நல்ல பயன் கிடைக்கும். களர் நில மாகிய சிற்றின்பத்தால் உயிர்ச்சத்து வீணாகிப் போகிறது.

இன்னொரு ஊரில் அண்ணன் தம்பி இருவர். மூத்தவன் நீர் இறைப்பான். இளையவன் அந்நீரை மடை மாற்றி அனுப்பு வான். வாய்க்கால் வழியோடும் நீர் வயலுக்குப் பாயாமல் வெளியேறி வீணாகிப் போனால், யாருக்கு லாபம்? இது எப்படி உள்ளது என்றால், விலைமகள் வீட்டில் வளரும் கோழிக் குஞ்சு போலாகுமாம்.

விலைமகள் ஒருத்தி, தான் உண்பதற்காக கோழிக்குஞ்சு ஒன்றை வளர்த்து வந்தாளாம்.

கோழிக் குஞ்சு வளர்ந்து விடுகிறது. ஒருநாள், விலைமகள் மீது விருப்பம் கொண்ட காமுகன் ஒருவன் வருகிறான். விலை மகள், காமத்துக்கு விருந்தாகிப் போனாள். அவள் வளர்த்த கோழிக்குஞ்சு, காமுகனுக்கு விருந்தாகிப் போனது.

ஏத்தம் இரண்டுள ஏழுதுலா உள
மூத்தான் இறைக்க இளையோன் மடுத்தநீர்
பாத்தியுள் பாயாது பாழ்பாய்ந்து போயிடின்
கூத்தி வளர்த்ததோர் கோழிப் புள்ளாமே

இடகலை, பிங்கலை ஆகிய இரண்டு மூச்சுக்காற்றும் ஏழு தாதுக்களிலிருந்து இயங்குகின்றன. அவை இரண்டும் வட இடமாக இயங்குகின்றன. அவை தனித்தனியே இயங்கினால், மூலாதாரத்திலுள்ள உயிர் ஆற்றல் வெளியில் பாய்ந்து வீணாகிறது. அவை இரண்டும் இணைந்து இயங்கினால், உயிராற்றல் மேல்நோக்கிச் சென்று அமுதத்தை விளை விக்கிறது. அப்போது, உடலாகிய வயல் பயன்பெறுகிறது.

ஒருவன், தான் செய்த நல்வினை தீவினை ஆகிய இருவினைகளுக்கான பலனை அல்லது தண்டனையைக் கொண்டதே ஊழ்.

தன்வினை, தன்னைச் சுட்டுத்தானே தீர வேண்டும்!

நாம் இப்போது அனுபவிக்கும் இன்பமும் துன்பமும், முற்பிறப்பு செயல்களுக்கான முடிவுகள்.

'தீதும் நன்றும் பிறர் தர வாரா!' என்ற ஒற்றை வரியின் உண்மை புரிகிறதா?

நாம் அனுபவிக்கும் இன்பமும் துன்பமும், யாரோ ஒருவரால் அனுப்பப்பட்டதல்ல. அவையெல்லாம் நம் சொந்தப் பிள்ளைகள் போல!

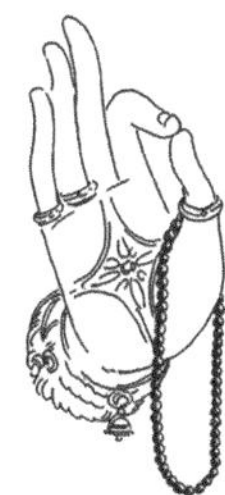

ஆற்றில், மேடு பள்ளங்கள் இருப்பதுண்டு. ஆற்றுவெள்ளம் வந்தால் கதையே

மாறிவிடும். மேடு, பள்ளமாகி விடும். பள்ளம், மேடாகி விடும். இதை, தவிர்க்கவோ தடுக்கவோ இயலாது.

எதுவந்தாலும் ஏற்றுக்கொள்ளும் பக்குவம் பெற்றால், கலங்கத் தேவையிருக்காது. தன்னுயிர் மூலத்தை அறிந்து அதனுடன் ஆனந்தம் கொண்டிருந்தால், கவலைக்கே வழியில்லை. வானமே இடிந்து விழுந்தாலும் உடலே தீயில் வெந்தாலும், உயிர் மூலத்தைச் சார்ந்திருந்தால் துன்பமில்லை.

குடியிருக்கும் வீடு பழுதாகிப் போனால், வேறு வீடு பார்க் கிறோம் அல்லவா! அதைப்போல உடல் கெட்டுவிட்டால், உயிர் வேறு உடல் தேடத் தயங்காது என எச்சரிக்கிறது திரு மந்திரம்.

உயிர் இருந்து விட்டுப்போன வேறொரு உடலுக்கு, தன் உயிரைக் கொண்டு செல்வதே கூடுவிட்டு கூடுபாயும் கலை. இந்த அபூர்வக் கலையைக் கற்றவர்களுக்கு, உடல் அழிதல் பற்றிய கவலையில்லை.

'தன்னை அறிந்திடும்
   தத்துவ ஞானிகள்
முன்னை வினையின்
   முடிச்சை அவிழ்ப்பார்கள்
பின்னை வினையைப்
   பிடித்துப் பிசைவார்கள்
சென்னியில் வைத்த
   சிவனரு ளாலே'

சிவனோடு தன்னைக் கலந்து விட்டவர்கள், பஞ்ச பூதத்தினால் ஏற்படும் அழிவுகள் பற்றி பெரிதாக அலட்டிக் கொள்வ தில்லை. அவர்களே தங்களை, பஞ்ச பூத நிலைக்கு மாற்றிக் கொள்வார்கள். இப்படிப்பட்ட மெய்நெறியை மக்கள் உணர்ந்துகொண்டால், துன்பம் என்ற சொல்லுக்கே இங்கு இடமில்லை. சரிதானே!

'உனக்கு அறிவிருக்கிறதா?' - இப்படிப் பட்ட ஒரு கேள்வியை யாராவது நம்மைப் பார்த்துக் கேட்டுவிட்டால், எவ்வளவு கோபம் வருகிறது?

நம்மைப் பார்த்து ஒருவன் 'பணம் இல்லாத பரதேசி' என்று சொன்னால்கூட நமக்குக் கோபம் வருவதில்லை. ஆனால் அறி வில்லாதவன் என்று சொன்னால் மட்டும், சொன்னவனை அறையவேண்டும் போல் தோன்றுகிறது. இது ஏன்?

அறிவுள்ளவர்களாக அல்லது அறிவு உள்ளவர்களாக காட்டிக் கொள்வதில் நமக்குப் பெருமிதம்.

அறிவு என்ன சாதாரண விஷயமா?

ஒருவனை சிகரத்துக்கு உயர்த்துவதும் படுபாதாளத்துக்குத் தள்ளுவதும், அவன் பெற்ற அறிவுதானே!

மரணத்திலிருந்து மீட்கும் ஒரு கருவியாக விளங்குவதும் அறிவுதானே!

ஆனால், அறிவு எது என்பதில்தான் நமக்கு இன்னும் தெளி வில்லை.

மலேஷியாவின் தலைநகர் எது? வைரம் அதிகமாக கிடைக்கும் நாடு எது? செம்பருத்திப் பூவின் அறிவியல் பெயர் என்ன? 'இலியட்' காவியத்தை எழுதியவர் யார்?

இப்படிப்பட்ட கேள்விகளுக்கு பதில் தெரிந்துவிட்டாலே, நம்மை ஓர் அறிவாளி என்று சொல்லிக்கொள்கிறோம். உண்மையில் இதுவெல்லாம் அறிவல்ல. புறப்பொருள் பற்றிய இவ்வகை அறிவுக்கு, புத்தகங்களும் கொஞ்சம் பயிற்சியும் இருந்தாலே போதும்.

இதற்கு மாறான ஓர் அறிவுண்டு. அதுதான் தன்னைத்தானே அறிகிற அறிவாகும். பிரபஞ்சத்தைப் பற்றிய அறிவாகும். பிரபஞ்சத்தை அறிந்துகொள்ள, விண்கலம் ஏறிச் சென்று நீங்கள் தேட வேண்டாம். உங்கள் உள்ளத்தை அறிந்தாலே போதும். உள்ளத்தில்தான் பிரபஞ்சமே உள்ளது. அங்கேதான் ஆதிபகவனும் எழுந்தருளியிருக்கிறான். இதைத்தான் திரு மந்திரமும்,

தன்னை அறிந்தால் தனக்கொரு கேடில்லை
தன்னை அறியாமல் தானே கெடுகின்றான்
தன்னை அறியும் அறிவை அறிந்தபின்
தன்னையே அர்ச்சிக்கத் தானிருந் தானே

என்பதாகச் சொல்கிறது.

ஞானிகள், இறைவனைத் தேட அறிவைப் பயன்படுத்து கின்றனர். ஆனால் இறைவனோடு தன்னைக் கலந்துவிட்ட பின், அறியாமை உடையவராகி விடுகின்றனர்.

இந்த அறியாமை அறிவினும் மேலானது.

போலிகளின் தொல்லை தாங்க முடிய வில்லை. அக்காலந்தொட்டே போலிகள் உலா வந்திருக்கின்றன.

பிறரைப் போலப் பேசிக் காட்டுதல், பிறரைப் போல நடித்துக் காட்டுதல் போன்றவற்றோடு போலிகளின் செயல்கள் முடிந்து விட்டால் பரவாயில்லை. யாருக் கும் எந்தக் கெடுதலும் இல்லை.

துறவிகள் போல போலித் துறவிகள் உரு வாகிவிட்டனர். நல்லவர்களைப் போல தீயவர்கள் அடையாளம் காணமுடியாத அளவுக்குக் கலந்துவிட்டனர்.

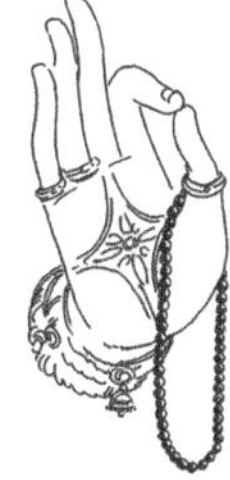

பாலும் சுண்ணாம்பும், பார்வைக்கு ஒன்று தான். குணத்தில் வெவ்வேறன்றோ?

யாரையும் நம்பவும் முடியவில்லை, நம்பா மலும் இருக்க முடியவில்லை.

பாம்பு என்று தாண்டவும் முடியவில்லை, பழுதென்று மிதிக்க வும் முடியவில்லை.

மெய்யறிவைப் போதிக்கும் அறவோர் போல, பலர் அலைந்து திரிந்து கொண்டிருக்கின்றனர். இவர்களின் பேச்சைக் கேட்ப தால், யாருக்கும் எவ்விதப் பயனும் ஏற்படப் போவதில்லை.

இவர்களை யார் அடையாளம் காண்பது? யார் தடுத்து நிறுத்துவது? இது துறவிகளின் வேலையோ, யோகிகளின் வேலையோ அன்று.

இந்தப் பணியை முழுக்க முழுக்க மக்கள்தான் செய்ய வேண்டும். அவர்களைத் தேடிச் செல்வதையோ, அவர்களின் தீய போதனைகளைக் கேட்கச் செல்வதையோ அறவே ஒதுக்குதல் வேண்டும்.

நல்ல நல்ல செய்திகளைப் பரப்புவதன் மூலம் போலிகள் தானாகவே மறைந்து போகும்.

இவ்விதப் போலிகள் திருமூலர் காலத்திலேயே இருந் துள்ளன.

நல்லோர் வாய்ச்சொல், துன்பங்களில் வழுக்கவிடாமல் உதவுகிற ஊன்றுகோல் போலிருக்கும்.

போலிகளுக்கு அவ்வித குணமில்லை.

ஒரு செயலைச் செய்துகொண்டிருக்கும் போது, மேற்கொண்டு அச்செயலைத் தொடர்ந்து செய்ய முடியாமல் தவிப்பவ ருண்டு. அதற்குக் காரணம் மன உளைச்சல். மன உளைச்சலில் செய்யும் செயல் தோல்வியில் முடியும். மனத்தில் உறுதியை உண்டாக்குவது 'திருவைந்தெழுத்து மந் திரம்' ஆகும். இம்மந்திரத்தை ஓதினால், மனம் உறுதி பெறும்; செய்யும் செயலை, செம்மையாகச் செய்யலாம்.

உடல், குண்டலி என்னும் பௌதிக சக்தி யால் இயங்குகிறது. அந்தச் சக்தியை இயக் குவது, திருவைந்தெழுத்து ஆகும். மனத் தில் இன்பம் பொங்கிட விரும்பினால், ஐந்தெழுத்தைத் தியானிக்கலாம். இம் மந்திரம் உயிர் மூலமாகிய சிவனால் அருளப்பெற்றது. இதனைத் தொடர்ந்து தியானித்தால் முக்தி கிட்டும்.

'சிவாயநம' என்பது ஐந்தெழுத்து மந்திரம். இதில் உள்ள 'சிவாய' என்பதை மட்டும் தியானித்தால், பாவமும் பழியும் அறியாமையும் நீங்குவதுடன், பிறப்பும் நீங்கும்.

இம்மந்திரத்தில் உள்ள 'சிவ' என்பதை மட்டும் தியானித்தால், மனமும் மூச்சும் பக்குவமடையும். மனம், உயிர் உணர்வின் வழியில் இயங்கும். தெளிவு உண்டாகும். 'சிவ சிவ' என்று தியானிக்கத் தெரியாதவர், வாயிருந்தும் ஊமை போன்றவர்.

'சிவ சிவ' என்று தியானிக்காதவர், தீமைகளை அனுபவிக்க விரும்புகிறார் என்றாகும். தீமைகள் தீர 'சிவ சிவ' என்று தியானிக்க வேண்டும். அப்போது, அவர்களுக்கு நன்மைகள் பெருகும்.

திருவைந்தெழுத்து என்பது உயர்ந்த பொருளாகக் கருதப் படுகின்ற அறிவுச்செல்வம். அந்த மந்திர எழுத்தைத் தியானித் தால், ஊழ்வினை என்று பிரம்மன் எழுதிவைத்த தலை யெழுத்தை மாற்றலாம்.

திருவைந்தெழுத்து மந்திரத்திலுள்ள நான்கு எழுத்துகளை விட்டுவிட்டு ஒரு எழுத்தை மட்டும் தியானித்துக்கொண்டி ருந்தால், அது சுழலால் சூழப்பட்ட கப்பல் கரை சேர்ந்தது போல, பிறவிக் கடலில் சிக்கித் தவிப்பவரைக் கரையேற்றும். இந்த ஒற்றை மந்திரத்தை 'நாயோட்டு' மந்திரம் என்பர்.

'நாயோட்டு மந்திரம் நான்மறை நால்வேதம்
நாயோட்டு மந்திரம் நாதன் இருப்பிடம்
நாயோட்டு மந்திரம் நாதாந்த மாம்சோதி
நாயோட்டு மந்திரம் நாமறி யோமே'

மருத்துவ அறிவியல் கண்டுபிடிப்பில் உயர்ந்ததாகக் கருதக் கூடியது, 'ஜீனோம்' என்னும் அணு ஆய்வு முடிவாகும். செல்களுக்குள் பதிந்திருக்கும் பதிவுகளை மாற்றினால், உடல் உறுப்புகளில் மாற்றங்களை உண்டாக்கலாம் என்கிறது அது. மரபு நோய்களை முற்றிலும் அகற்றலாம் என்கிறது.

ஆனால், அம்முறைகள் இன்னும் நடைமுறைக்கு வரவில்லை.

செல்களில் பதிவாகியிருக்கும் பதிவுகள் - முன்வினை, தீவினை, பழவினை என்று கூறப்படுபவை. ஒலியை ஒளியாக மாற்றி, அந்த ஒளியை உளியாகக் கொண்டு, ஊழ்வினை களைச் செதுக்குவதே 'நாயோட்டு மந்திரம்' என்பர். 'சி' என்னும் ஒரெழுத்து மந்திரம் செல்களின் பதிவை அழிக்கும் பணியைச் செய்யும் மந்திரம் ஆகும்.

மந்திர விரல்கள்

நமக்கும் நமது உடம்புக்குள் உள்ள உறுப்புகளுக்கும் உள்ள இணைப்பின் விசையே, விரல்கள். வெற்றிக்கு வேறெங்கும் நீங்கள் அலைய வேண்டாம். வெற்றியே விரலுக்குள்! விரலைச் சொடுக்கினால் அனைத்தும் கைக்குள். உயிர்ப்பு நிலையாகிய மூச்சுக் காற்றின் இயக்கத்துக்கும் விரலுக்கும் தொடர்பு இருக்கிறது. நாலும் இருந்தாலும் அவற்றை ஆளத் தெரிந்தவனே அரசாவான்! விரல்களை ஆளத்தெரிந்திருந்தால், நன்மைகள் நம்மைத் தேடும். துன்பங்கள் தொலைந்து ஓடும்.

பஞ்ச பூதங்களின் ஆதிக்கம் கை விரல்களில் அமைந்துள்ளது. விரல்களின் இணைப்பால் சக்தி வலுவடைகிறது. உடல் உறுப்புகள் பலனடைகின்றன. உள்ளம் மனம் போன்ற அருவ சக்திகளோடு தொடர்பும் கிடைக்கிறது. விரலசைவினால் எல்லா நன்மைகளும் கிடைக்கின்றன.

விரலுக்கும் உடலுக்கும் உள்ள தொடர்பை விளக்கும் பட்டி யல் வருமாறு:

மோதிர விரல்:	கால்களுடன் தொடர்பு
சுண்டு விரல்:	வயிறுடன் தொடர்பு
பெருவிரல்:	மார்புடன் தொடர்பு
ஆள்காட்டிவிரல்:	கழுத்துடன் தொடர்பு
நடுவிரல்:	தலையுடன் தொடர்பு

சித்தி என்ற சொல்லுக்கு வெற்றி என்பது பொருள். சித்திகளை, இயற்கை கடந்த செயல் என்கிறார்கள். அத்தகைய சித்தி களைப் பெற்றவர்களையே 'சித்தர்' என்று கூறுவர்.

'மூவகை சித்தியின் முடிபுகள் முழுவதும்

ஆவகை எனக்கருள் அருட்பெருஞ் சோதி'

என்று கூறும் வடலூர் ராமலிங்க வள்ளலார், சித்திகளை மூன்று பிரிவு களாகப் பிரிக்கிறார். அவை - கரும சித்தி, யோக சித்தி, ஞான சித்தி என்பனவாகும். காலங்காலமாகச் சொல்லப்படும் சித்திகள் எட்டுவகைப்படும்.

கரும சித்தி:

உடலை, கல்ப நிலையாக மாறச் செய் வதற்கு கரும சித்தி என்று கூறப்படுகிறது.

அவை - அணிமா, மகிமா, கரிமா, பிராப்தி, பிரகாமியம், ஈசத்துவம், வசித்துவம் என வடமொழியிலும், 'அணுவைப் போல நுண்மையாதல், மிகப் பெரியதாதல், மிக எடையாதல், மிக நுண்மையாதல், எங்கும் செல்லும் ஆற்றல், எண்ணியது எய்தும் ஆற்றல், எதையும் ஆக்கும் ஆற்றல், எவரையும் தன்வயப்படுத்தும் ஆற்றல்' எனத் தமிழிலும் கூறுகிறது.

சித்திகளுக்குரிய ஆற்றல், குண்டலினி என்னும் பேராற்றலில் அமைந்துள்ளது. அந்த ஆற்றலை வெளிக்கொணரச் செய்யும் தொடர்பயிற்சியை யோகம் என்கிறார்கள். அப்பயிற்சி யினால், முடங்கிக் கிடக்கும் குண்டலினி ஆற்றலை வெளிக் கொணர்ந்து, பிராண வாயு என்னும் மூச்சுக் காற்றினால் புருவத்தின் நடுவிலிருக்கும் சுழுமுனைக்கு ஏறச் செய் கின்றனர். அச்சக்தி மேலே ஏறும்போது, ஆதாரங்கள் என்னும் ஆறு நிலையங்களில் தங்கிச் செல்கிறது. அவ்வாறு தங்கும் போது, பயிற்சியாளர்களுக்கு எண்ணுதற்கரிய ஆற்றல் கிடைக் கிறது. அது, பயிற்சியினால் பெறுகின்ற பயன் என்பதனால், சித்தி (அடைதல்) என்று கூறுகின்றனர்.

இச்சித்திகளை அடையும் கால அளவு, மூன்றே முக்கால் நாழிகை முதல் மூன்றே முக்கால் ஆண்டுகள் வரை என்கிறார்கள்.

யோக சித்தி:

யோக சித்தி, அனைத்து சித்திகளையும் உள்ளடக்கியது. இது பிற சித்திகளைக் காட்டிலும் பெருமை வாய்ந்தது. இதன் பயிற்சிக் காலம் பன்னிரண்டு ஆண்டு முதல் நூற்றியெட்டு ஆண்டுகள் என்கிறார்கள்.

ஞான சித்தி:

688 கோடி பேதங்களை உள்ளடக்கிய மகா சித்தியே, ஞான சித்தியாகும். இவற்றை, ஞானம் தன் விருப்பம் போல் நடத்துகிறது. இது, காலம் கடந்தது என்று சுருக்கமாகக்

கூறுகின்றனர். மேற்கண்ட இம்மூன்று சித்திகளில், உயர்ந்த தாகவும் சிறந்ததாகவும் ஞான சித்தியைக் குறிப்பிடுகின்றனர். இது, ஆறு வகைப்படும். அவை முறையே:

1. கரும ஞான சித்தி. 2.யோக ஞான சித்தி. 3. தத்துவ ஞான சித்தி. 4. ஆன்ம ஞான சித்தி. 5. சுத்த ஞான சித்தி. 6. சமரச ஞான சித்தி என்பனவாகும்.

சித்துகள் என்றால், அறுபத்து நான்கு சித்துகளையும் எண் வகைச் சித்துகளையும் இணைத்துக் குறிக்கும் மரபு இருந்து வருகிறது.

1) அணிமா:

அணிமா சித்திபெற முனைவோர், விந்து விரையமாகாமல் சேமித்து வைத்திருந்து ஓர் ஆண்டு யோக முயற்சியில் ஈடு பட்டால், அணிமா சித்தி கைவசமாகும். அச்சித்தியைப் பெற்றவர், மெலிந்த நுட்பமான பஞ்சைக் காட்டிலும் நுட்ப மாக மெலிந்திருப்பார். அவரை எந்த சக்தியாலும் வெல்ல முடியாது.

> 'முடிந்திட்டு வைத்து முயங்கில் ஓர் ஆண்டில்
> அணிந்த அணிமா கை தானாம் இவனும்
> தணிந்த அப் பஞ்சினும் தான் நொய்ய தாகி
> மெலிந்து அங்கு இருந்திடும் வெல்ல ஒண்ணாதே'

அணிமா, தோற்றத்தில் பெரிய பொருளை மிகச் சிறியதாக ஆக்குவது. பிருங்கி முனிவர் முத்தேவர்களை மட்டும் வலம் வருதல் வேண்டும் என்பதற்காக, சிறு வண்டாக உருமாறினார் என்பது அணிமா சித்தி வகைக்கு ஓர் எடுத்துக்காட்டாகும்.

2) லகுமா:

ஓராண்டு யோக முயற்சியினால் அணிமா சித்தி பெற்றவர், மேலும் யோக முயற்சியில் ஈடுபடுவாரேயானால், ஐந் தாண்டில் லகுமா சித்தியுண்டாகும். லகுமா சித்தி பெற்றவர்

அழகிய தலைவனைக் காண்பார். அவரும் ஒளிவடிவாகி, பரஞ்சோதியாக இருப்பார். இவ்வாறு, பால் போன்ற ஒளிப் பொருளாய் ஆன ஆன்மா, அண்டம் எங்கும் பரந்து நிற்கும். எல்லாவற்றுக்கும் மேலானதாகிய சிவபரம்பொருள் என்னும் ஒளிப்பொருளைத் தரிசிக்கலாம். அதுவே, பரஞ்சோதி நிலையாகும்.

சுமையுள்ள பொருளை மிகவும் லேசானதாக ஆக்குவது, லகுமா. இதற்கு உதாரணமாக, திருநாவுக்கரசரை சமயப் பகை காரணமாகக் கல்லில் கட்டி கடலில் இட்டபோது, கல் மிதவையாகி வந்ததைக் குறிப்பிடலாம்.

3) பிராப்தி:

தத்துவ நாயகியாகிய பராசக்தியுடன், தூலமாகக் காணப்பட்ட உலகப் பொருள்களெல்லாம் சூக்குமமாக ஒடுங்கி நின்றன. அத்தகைய ஒளிப்பொருளைக் கண்டு ஒராண்டு தாரணை பயிற்சி செய்தால், வேண்டுவன அனைத்தையும் அடைய லாம். எவ்வுலகத்திற்கும் தடையின்றிச் சென்று வரலாம்.

வாலி, பாதாளம் சென்று மீண்டு வந்ததும், சூரன், ராவணன் முதலியோர் நினைத்த மாத்திரத்தில் நினைத்த இடத்திற்குச் செல்லும் வல்லமை பெற்றிருந்தனர் என்பதும், திருவிளை யாடல் புராணத்தில் சிவன் நான்கு திசைகளிலும் ஒரே சமயத்தில் தோன்றுவதாகக் காட்சி அளித்தலும் இவ்வகை சித்தியேயாகும்.

4) மகிமா:

லகுமா சித்தி பெற்றவர் மேலும் யோக நிலையில் நின்றால், ஒராண்டில் மகிமா சித்தியாகும்.

'ஆகின்ற கால் ஒளி யாவது கண்டபின்
போகின்ற காலங்கள் போவதும் இல்லையாம்
மேல் நின்ற காலம் வெளியுற நின்றபின்
தான் நின்ற காலங்கள் தன் வழி ஆகுமே'

இடகலை, பிங்கலை ஆகிய இரண்டு நாடிகளையும் பொருத்தி, சுழுமுனைக்கும் மேலே சிரசுக்குச் செலுத்தும் போது, சிரசில் ஒளி தோன்றும். அதனைக் கண்டவர் உடல் அழிவதில்லை. காலத்துக்கும் நிலைத்து நிற்பர்.

மகிமா சித்தி பெற்றவர். காலம் கடந்தவராக விளங்குவர். உலகம் தன் வயப்படும். விந்து மயமான பரையும் (சக்தி) நாதமயமான சிவமும் ஒன்றாகிய நிலைக்கு நாதாந்தம் என்று பெயர். இதுவே மகிமா நிலை. இந்த நாதாந்த நிலையைப் பெற்றவர், தம் விருப்பம் போல உருவத்தை பெருக்கச் செய்யலாம்.

சிறையிலிருந்த சீதைக்கு அனுமன் தன் நெடிய வடிவைக் காட்டியதையும், வாமன அவதாரத்தில் திருமால் இரண்டடி யால் மூன்று உலகையும் அளக்க எடுத்த நெடிய வடிவான தோற்றத்தையும், கிருஷ்ணன் அருச்சுனனுக்கு உயர் வடிவம் காட்டி உலகே தனக்குள் அடக்கம் எனத் தெரியச் செய்த தையும், மகிமா நிலைக்கு உதாரணங்களாகக் கூறலாம்.

5) கரிமா:

இது, கரு + மா ı கரி + மா = கரிமா எனத் திரிந்தது. கரு என்ற சொல், கனம் என்பதைக் குறித்து வந்தது. இவ்வகையான சித்தியைப் பெற்றவர்கள், கால வேறுபாடோ இட வேறுபாடோ அறியமாட்டார்.

'போவது ஒன்றில்லை வருவது தானில்லை
சாவது ஒன்றில்லை தழைப்பது தானில்லை
தாமத மில்லை தமரகத்து இன்னொளி
ஆவதும் இல்லை அறிந்து கொள்வார்க்கே'

இவர்கள் பிற இடங்களுக்கு போவதும் இல்லை வருவதும் இல்லை. இறப்பும் இல்லை பிறப்பும் இல்லை.

6) பிரகாமியம்:

காமம் என்பது விருப்பம். காமியம் என்பது விரும்பிய பொருள். பிரகாமியம் என்பது விரும்பிய பொருளைப்

பெறுவது. தான் விரும்பிய எத்தொழிலையும், இடையூறின்றி முடித்தலே பிரகாமியமாகும்.

மூலாதாரத்தில் மூலக் கனலை உடையவர். அதனை, எங்கும் விளங்கும் ஒலி ஒளியாகத் தரிசித்திருப்பவர்க்கு, சிரசின் மேல் விளங்கும் சிவ ஒளியும் எளிதாகும். அதனால் முக்தியும் எளிதாகும்.

ஒளவையார் இளமையிலேயே முதுமை வடிவைப் பெற்றதும், காரைக்காலம்மையார் தம் வடிவை மாற்றி பேய் வடிவு பெற்றதும், திருமழிசை ஆழ்வார் காஞ்சியில் ஒரு முதுமகளை இளைய வயதினளாக மாற்றியதும், சிவயோகி திருமூலர் இறந்த இடையன் உடலில் புகுந்து எழுந்ததும் பிரகாமியச் செயலேயாகும்.

7) ஈசத்துவம்:

சூக்குமத்தில் புலப்படும் ஒளி அணுக்கள் எல்லாவற்றையும் சிரசுக்கு மேலே கொண்டு சென்று ஓராண்டுக் காலம் அவற்றுடன் கூடியிருந்தால், அப்படிச் செய்பவரின் உடலில் சதாசிவ தத்துவம் வந்து அமையும். ஈசத்துவம் உடையவர் வளர்கின்ற சந்திரனது ஒளியை நெற்றிக்கு நடுவில் பெற்றிருப்பர். இவர்கள் அவ்வொளியைப் போலத் தண் ணெளியுடையவராகவும் இருப்பார்கள். (சந்திரன் எவ்வாறு வானத்தில் காணப்படுகின்றதோ, அதே ஒளியுடன் எட்டாம் சந்திரன் போல நெற்றிக்கு நடுவில் விளங்கப் பெறுதல்) இவ்வாறு ஈசத்துவம் பெற்றவரின் உடல் குளிர்ந்து, உள்ளம் குளிர்ந்து, ஆழ்கடல் போல அமைதி கொண்டு விளங்குவர்.

ஈசத்துவம் பெற்றவர், படைத்தல் தொழிலைச் செய்ய வல்லவராவார். இவரே, காத்தலையும் அழித்தலையும் செய்ய வல்லவர்.

'தண்மைய தாகத் தழைத்த கலையினுள்

பன்மைய தாக பரந்த ஐம் பூதத்தை

வன்மைய தாக மறிந்திடில் ஓராண்டின்
மென்மைய தாகிய மெய்ப் பொருள் காணுமே'

சந்திர கலையில் விளங்கும் ஒளியில், பலவாறாகக் காணப்
படும் பஞ்ச பூத அணுக்களை, ஓராண்டுக் காலம் நீல
வண்ணத்தில் கண்டு வந்தால், மெய்ப்பொருளான ஒளி சிரசில்
தோன்றும்.

ஈசன் - கடவுள். ஈசத்துவம் - கடவுள் தன்மை. கடவுளின்
தன்மை பெற்று, ஐந்தொழில்களாகிய ஆக்கல், காத்தல்,
அழித்தல், மறைத்தல், அருளல் ஆகிய தன்மைகளை
அடைதல்.

திருஞானசம்பந்தர் பூம்பாவைக்கு உயிர் கொடுத்தெழுப்பி
யதும், சிவன் கல்லானைக்கு உயிர் கொடுத்து கரும்
பருந்தியதும் ஈசத்துவம் ஆகும்.

8) வசித்துவம்:

ஏழுவகைத் தோற்றமாகிய தேவர், மானிடர், நரகர், மிருகம்,
பறப்பன, ஊர்வன, மரம் முதலியவற்றைத் தன் வசப்
படுத்துதல் வசித்துவம் என்பர்.

அப்பர், தன்னைக் கொல்ல வந்த யானையை நிறுத்தினார்
என்பதும், ராமர் ஆலமரத்தில் இருந்து ஒலி செய்து
கொண்டிருந்த பறவைகளை சைகையால் நிறுத்தினார்
என்பதும், சுந்தரர் இறைவனையே தூதுவராக அனுப்பினார்
என்பதும் வசித்துவம் ஆகும்.

சித்திகளைப் பற்றி மிக விரிவாகக் கூறிய பேரறிவுச் சித்தராகிய
வடலூர் வள்ளலார், 'சித்தியைப் பெற்றேன், சித்தியில் ஞான
சித்தியைப் பெற்றேன்' என்றும், 'இவ்வுலகில் பொருந்து
சித்தன் ஆனேன்' என்றும், 'சித்தெனும் ஓர் ஞான வடிவம்
இங்கு நான் பெற்றேன்' என்றும் பல இடங்களில் பரவலாகக்
கூறுகின்றார். இவற்றை, பிச்சு என்னும் பிள்ளை விளை
யாட்டு என்றும் இகழ்ந்துள்ளார்.

சித்தர்கள், அணிமா முதலிய எட்டுவகை
யான சித்துகளில் வல்லவர்கள். தம் விருப்
பப்படி அணுவின் செயல்களை மாற்றிக்
காணும் ஆற்றல் பெற்றவர்கள். அறிவி
யலில், அணுக்கருச் சிதைவு (Neuclear
Fission) என்னும் முறையின்படி ஒரு
பொருளின் கருவைச் சிதைப்பதன் மூலம்,
அப்பொருளை வேறு பொருளாக மாற்ற
லாம் எனக் கண்டுள்ளனர். ஒரு
பொருளைப் பற்றிய அறிவும், அப்பொரு
ளின் கருவைப் பற்றிய அறிவும் பெற்ற
வர்கள் எப்பொருளையும் வேறு ஒன்றாக
ஆக்கல் கூடும்.

இதேபோல் மனிதர்க்கு இன்றியமையாக்
கருவாக இருப்பது DNA (De(s)oxy ribonucleic
acid) எனப்படும் உயிர்ப் பொருளாகும்.

இதுவே, இயல்புகளையும் குணங்களை
யும் நிர்ணயிப்பது என்பது அறிவியலார்

கூற்று. எனவே, ஒவ்வொரு உயிரின் DNA - வையும் பற்றிய தெளிந்த அறிவு பெற்றவர்கள் தம் DNA கருவை மாற்றுவதன் மூலம், வேண்டிய வடிவங்களில் மாற்றிக் கொள்ளுதல் கூடும். இம்முறையில் ஒருவர் ஈயாகவும், யானையாகவும் உருவெடுத் தல் கூடும். பரிசோதனைக் குழாயில் (Test Tube) செயற்கை முறையில் குழந்தையை உண்டாக்க முடியும் என்பதை நிரூபிக்கும் அறிவியலுக்கு, இந்தத் தத்துவம் விளங்காத தாகவோ புரியாததாகவோ இருக்க முடியாது.

இவ்வுடம்பு, கண்ணுக்குத் தெரியாத நிலையும் பெறுதல் கூடும். பொருள்கள் மூன்று நிலையினை உடையன. ஒளி புகும் (ஒளி ஒரு புறத்திலிருந்து இன்னொரு புறத்துக்கு ஊடுருவிச் செல்வது) (Transparent), 2. ஒளி புகாப் பொருள் (Opaque), 3. ஒளி கசியும் பொருள் (Translucent). இம்மூன்று நிலைகளில் நம் உடம்பு, ஒளி புகாப் பொருளில் அடங்கும். யோகப் பயிற்சியின் மூலம் உடம்பின் இயல்பை மாற்ற முனையும்போது, ஒளி புகும் பொருளாக மாறுமேயானால், கண்ணுக்குப் புலனாகா வடிவமாகும். இந்நிலையின் உயர்நிலையே காற்று வடிவமாகும். இதனை அருவமாதல் (Translucent) என்பர். பஞ்ச பூதங்களில் எந்த வடிவத்தையும் சித்தர்களால் எடுக்க இயலும்.

பிரபஞ்சம் (உலகம்) பஞ்சபூத மயமானது.

மண், நீர், தீ, காற்று, ஆகாயம் முதலிய பஞ்ச பூதங்களால் ஆனது நம் உடம்பு. எந்தெந்த உடலுறுப்பு எதனுடன் நெருங்கிய தொடர் புடையது என்பதை பார்ப்போம் :

மண்   -   எலும்பு, தசை, தோல்,
               நரம்பு, மயிர்

நீர்   -   முலை, சிறுநீர், கொழுப்பு,
               வெந்நீர், குருதி, புணர்ச்சி,
               சோம்பல், தூக்கம், அகங்
               காரம், பயம்.

காற்று   -   கிடத்தல், இருத்தல், நடத்
               தல், ஓடுதல், தாண்டல்.

ஆகாயம்   -   மாச்சரியம், மதம், மோகம்,
               உலோபம், காமக்குரோதம்.

அறுசுவையும் ஐம்பூதங்களும்

இனிப்பு	-	மண்+நீர்
புளிப்பு	-	மண்+தீ
உவர்ப்பு	-	நீர்+தீ
கைப்பு	-	வளி+விண்
கார்ப்பு	-	வளி+தீ
துவர்ப்பு	-	வளி+மண்

ஒன்றுடன் ஒன்று தொடர்பு

அண்டத்திலுள்ள கிரகங்கள் விண்மீன்களின் அசைவுக்கும் மனித உடலிலுள்ள உறுப்புகளின் சக்திக்கும் ஒரு நெருங்கிய தொடர்பு இருக்கின்றது. அவை:

தமரகம்	-	சூரிய சக்தி
மூளை	-	சந்திர சக்தி
பித்தப்பை	-	செவ்வாய் சக்தி
நீர்க்குண்டிக்காய்	-	சுக்கிரன் சக்தி
நுரையீரல்	-	புத சக்தி
கல்லிரல்	-	குரு சக்தி
மண்ணீரல்	-	சனி சக்தி

மேலும், நவமணிகளும் உடல் உறுப்புகளுடன் ஒப்பிடப் படுகிறது.

1. எலும்பு	-	வைரம், வெள்ளி
2. பற்கள்	-	முத்து, சந்திரன்
3. ரத்தம்	-	மாணிக்கம், ஞாயிறு
4. மயிர்	-	வைடூரியம், கேது

5. தசை   -   பவளம், செவ்வாய்

6. கண்   -   நீலம், சனி

7. பித்தம்   -   மரகதம், புதன்

8. கபம்   -   புட்பராகம், வியாழன்

9. நிணம்   -   கோமேதகம், ராகு

விண்மீன்களும் (நட்சத்திரம்), கோள் களும் (கிரகங்கள்) மனித உடலில் ஆதிக்கம் செலுத்துகின்றன. ஆதலினால், உடல் உறுப்புகளில் உண்டாகும் நோய்க் குற்றங்களுக்கும், விண்மீன் கோள்கள் ஆகியவற்றுக்கும் தொடர்பு உள்ளன என்பது தெள்ளத் தெளிவாகிறது. அவற்றின் விபரம் வருமாறு:

அசுவனி	:	புறங்கால்
பரனி	:	உள்ளங்கால்
கிருத்திகை	:	தலை
ரோகிணி	:	நெற்றி
மிருகசிரீடம்	:	புருவம்
திருவாதிரை	:	கண்
புனர்ப்பூசம்	:	மூக்கு
பூசம்	:	முகம்

ஆயில்யம்	:	காது
மகம்	:	உதடு மேவாய்
பூரம்	:	வலது கை
உத்திரம்	:	இடது கை
அஸ்தம்	:	கை விரல்
சித்திரை	:	கழுத்து
சுவாதி	:	மார்பு
விசாகம்	:	மூளை
அனுசம்	:	வயிறு
கேட்டை	:	வலப் பக்கம்
மூலம்	:	இடப் பக்கம்
பூராடம்	:	முதுகு
உத்திராடம்	:	இடை
திருவோணம்	:	குய்யம்
அவிட்டம்	:	குதம்
சதயம்	:	வலது தொடை
பூரட்டாதி	:	இடது தொடை
உத்திரட்டாதி	:	முழங்கால்
ரேவதி	:	கணைக்கால்

மனிதனின் உடலில் இருபத்தேழு விண்மீன்களும் தங்களின் இயக்கத்தைச் செலுத்தி வருகின்றன. மனிதன் பிறக்கும்போது விண்மீன் மண்டலத்தில் சந்திரனின் இடம் எந்த விண்மீனில் இருக்கிறதோ, அதுவே அம்மனிதன் பிறந்த விண்மீனாகக் கொள்ளலாம். அந்த விண்மீன், அவனின் உடல் உறுப்புகளில் எந்த உறுப்பின் ஆதிக்கத்தில் உள்ளதோ அந்த உறுப்பே அம்மனிதனின் உயிர் உறையும் இடமாக இருக்கும் என்பது விதி.

கோள்களும் அவற்றின் ஆதிக்கப் பகுதிகளும்

சூரியன் : வலக்கண். இதயம், நெற்றி.

சந்திரன் : மார்பு, தோள், மூக்கு, இடக்கண்.

செவ்வாய் : தலை, கை, தொடை, எலும்பு, ரத்தம்.

புதன் : உதடு, கழுத்து, நுண்ணிய நரம்புகள், விரல்
கள், காது.

வியாழன் : வயிறு, சிறுகுடல், பெருங்குடல், சுவாசக்
குழாய்கள், எலும்பு மஜ்ஜை.

சுக்கிரன் : முகம், சிறுநீரகம், உயிர் அணுக்கள்

சனி : நரம்பு, தோல்,நகம், ஈரல், பல், மூட்டுகள்.

ராகு : உணவுக் குழல், முழங்கால், பித்த நீர்ப்பை.

கேது : ரத்தத்தின் ஹீமோகுளோபின், பிடரி,
நெற்றிப் பொட்டு.

கோள்களினால் ஏற்படும் நோய்கள்

மனித உடலில் ஏற்படும் நோய்களுக்கும் கோள்களுக்கும்
நெருங்கிய தொடர்பு உண்டு. அவற்றின் விபரம் வருமாறு:

சூரியன் : வலக்கண் நோய், இதய நோய், மூல நோய்
வயிற்றுக் கடுப்பு.

சந்திரன் : இடக்கண் நோய், மலேரியா மன நோய்,
பேதி.

செவ்வாய் : தீக்காயம், நஞ்சு அபாயம், வெட்டைச் சூடு,
ரத்த வாந்தி.

புதன் : கழுத்து வலி, வெண்குட்டம், மூளைக்
காய்ச்சல், காது வலி, ஒற்றைத் தலைவலி.

வியாழன்	:	வாயுக் கோளாறு, உடல் பருமன், மூச் சடைப்பு, புற்றுநோய், தலை வழுக்கை.
சுக்கிரன்	:	பிறப்புறுப்புக் குறைபாடு, எய்ட்ஸ், தேமல், வெள்ளைப் படுதல், வீரியக் குறைவு,
சனி	:	வயிற்று வலி, சளித் தொல்லை, மூட்டு வலி, யானைக்கால், பக்கவாதம், வலிப்பு நோய், நீரிழிவு.
ராகு	:	புற்றுநோய், இரைப்பு, விஷக்கடி.
கேது	:	அஜீரணம், மாதவிடாய்க் கோளாறு, கருச் சிதைவு, இரைப்பு.

பூமி, தன்னைத் தானே சுற்றிக்கொண்டு சூரியனையும் சுற்றிவர பன்னிரண்டு மாதங் கள் ஆகின்றன. அதன் விளைவாக பருவ காலங்கள் உருவாகின்றன.

கார்காலம்	:	ஆவணி, புரட்டாசி
கூதிர் காலம்	:	ஐப்பசி, கார்த்திகை
முன் பனி	:	மார்கழி, தை
பின் பனி	:	மாசி, பங்குனி
இளவேனில்	:	சித்திரை, வைகாசி
முது வேனில்	:	ஆனி, ஆடி

சூரியனானது வட துருவத்தை நோக்கி ஆறு மாதம் செல்லும். இதனை உத்திராயணம் (அதாவது தை முதல் ஆனி வரை) என்பர். நமது நிலப் பரப்பு சூரிய வழிக்கு நெருங்கி இருப்பதால், அதிக வெப்பம் பெறுகிறது. அண்டத்தில் உள்ளதே பிண்டம் என்பதற் கிணங்க, இங்கு வாழும் உயிர்களும்

வெப்பமடைகிறது. அதனால் கைப்பு, துவர்ப்பு, கார்ப்பு முறையே பின் பனி, இளவேனில், முதுவேனில் காலங்களில் வன்மை அடைகிறது. இது, வெப்பக் குணத்தையும் பலக் குறைவையும் உண்டாக்கும். இதனை, 'ஆகாத காலம்', 'வன்மை இழுக்கு' காலம் என்பர்.

சூரியனானது, தென் துருவத்தை நோக்கி ஆறு மாதம் செல்லும். இதனை தட்சிணாயணம் (ஆடி முதல் மார்கழி வரை) என்பர். நமது நிலப்பரப்பு சூரிய வழிக்கு விலகி இருப்பதால், குளிர்ச்சியை அடைகிறது. இக்காலம் உயிர் களின் உடல் வன்மையைப் பெருக்கிக் காக்கும் காலம். அதனால், இதனை விசர்க்க காலம் என்பர்.

பிரபஞ்சத்தின் சிறு அங்கமே இப்பூவுலகம். பிரபஞ்சத்தில் இயங்கிவரும் பல்வேறு கோள்கள், சூரியனை மையமாகக் கொண்டே சுற்றுகின்றன. சூரியனின் காந்த சக்தியால் பூமி சுழல்கிறது. இதனால் பகல், இரவு, நாள், மாதம், ஆண்டு என்ற காலக் கணக்கு உருவாகியது.

சந்திரன், பூமிக்குக் குளிர்ச்சியைத் தருகிறது. சந்திரனுக்கும் நீருக்கும் நெருங்கிய உறவு உண்டு. அதனால்தான், சந்திரனின் சக்தியால் அலைகள் எழுந்து வீழ்கின்றன.

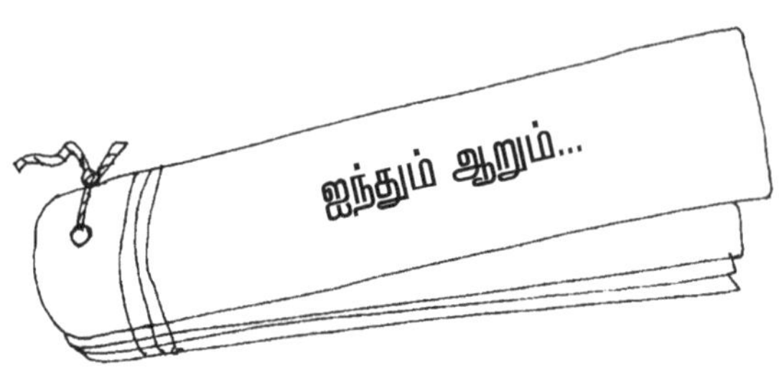

மனித உடலுறுப்பு இயக்கத்துக்கு முக்கிய ஆதாரம் உள்ளிடைச் சுரப்பிகளே. ஒருவன் கிரகிக்கும் பஞ்ச பூதத்தின் அளவைப் பொறுத்தே அச்சுரப்பிகளின் இயக்கம் அமைந்துள்ளது. அவற்றை பற்றிய விவரம் வருமாறு:

1) மூலாதாரம் : கால் எலும்பும் இரண்டு கதிர் எலும்பும் கூடிய இடம் குய்யம். குய்யத் திற்கும் குதத்திற்கும் நடுவே, குண்டலி வட்ட மாய் இருக்கும். மாணிக்க நிறத்தில் ஓங் காரம் இருக்கும். இதில் குண்டலி சக்தி உறைந் துள்ளது. ஆண்களின் விதைகள், பெண்களின் சினைப்பைகள் ஆகிய

வற்றில் இன உற்பத்திச் சுரப்பிகள் உள்ளன. மூலாதாரத்திலிருந்து இடகலை, பிங்கலை, சுழிமுனை நாடிகளுக்கு பிராண சக்தி செல்கிறது.

2) சுவாதிஷ்டானம் : (கொப்பூழ்) இது, மண்ணின் கூறு. பொன் நிறமுடையது. மூலாதாரத் துக்கும் இரண்டு விரற்கடைக்கு மேல் இருப்பது. இது, நாற்சதுரமும் அதன் நடுவே ஆறு இதழ்களும் உடைய மலர் வட்டம். அதன் எழுத்து 'ந'கரம். பிரம்மா, சரஸ்வதி வீற்றிருப்பர். இது, அட்ரீனல் சுரப் பிக்கு நிகரானது. சிறு நீரகம், சிறுநீர்த்தாரை தொடர்பானது.

3) மணிபூரகம் : (மேல் வயிறு) நீரின் கூறு. பச்சை நிறம். அதன் இடம், உந்திக் கமலம். சுவாதிஷ்டானத்துக்கு மேல், எட்டு விரல் பிரமாணத்தில் இருப்பது. இதில் 1008 நரம்பு நாடிகள் சூழ, 10 இதழ் உடைய மலர் வட்டமும் 'ம'கர எழுத்தில் மகாலட்சுமியும் மகா விஷ்ணுவும் வீற்றிருப்பர். கணையம், இரைப்பை, ஈரல் - இதன் ஆட்சிக்கு உட்பட்டது.

4) அனாகதம் : இருதயக் கமலம். தீயின் கூறு. அக்னி நிறம். மணிபூரகத்துக்கு 10 விரற் கடைக்கு மேல் இருப்பது. முக் கோணம். இதன் நடுவில் 12 இதழ் மலர் வட்டம். அதன் நடுவில் 'சி'கர எழுத்து. அதில், ருத்திரன் பார்வதி உள்ளார்கள். இதயம், நுரையீரல் களைக் கட்டுப்படுத்துகிறது.

5) விசுத்தி : (கழுத்து) வளியின் கூறு. கருநிறம். அனாகதத்துக்கு 10 விரற்கடைக்கு மேல் இருப்பது. இது கண்டதானத் தில் உள்ளது. அறுகோணம். 16 இதழ் உடைய மலர் வட்டம். அதில் 'வ'கார எழுத்து. மகேஷ்வரியும் மகேஷ் வரனும் இருப்பர். இப்பகுதியில் தைராய்டு, பாரா தைராய்டு சுரப்பி கள் உள்ளன.

6) ஆக்கினை : (புருவ நடு) ஆகாயத்தின் கூறு. படிக நிறம். லாடத்தானம். விசுத்திக்கு 12 விரற்கடைக்கு மேல் இருப்பது. நெற்றிப் புருவத்தின் வழியாக, ஆகா யத்தில் 3 இதழ் உடைய மலர் வட் டம். அதில், 'ய'கரத்தோடு இணைந்து நிற்கும். சதாசிவமும் மனோன்மணியும் இருப்பர்.

எனவே, மூச்சுப் பயிற்சி செய்து மூலாதாரத்தில் ஒடுங்கி இருக்கும் மூலக்கனலை எழுப்பி ஆறு ஆதாரங்களின் வழியே மேல் எழுப்பிப் பழகி வந்தால் நோயின்றி வாழலாம்.

'ஒளிதரும் இந்த சிவநீர் பருகில்

ஒளிதரு மோராண்டில் ஊனமொன் றில்லை

வலியுறும் எட்டின் மனமும் ஒடுங்கும்

களிதருங் காயங் கனக மதாமே'

எனவே, திருமூலர் கூறியவாறு இச்சுரப்பிகளின் வேலையை எப்போதும் சரிவர நடத்தச் செய்வோமானால் மரணம் ஏற்படுவதில்லை. எனவே. உடலிலுள்ள சுரப்பிகளே உடலுக்கும் உயிருக்கும் முக்கிய ஆதாரங்களாகும்.

'மூலநாடி தன்னிலே முளைத்தெழுந்த சோதியை

நாலுநாழி உம்முள்ளே நாடியே யிருந்தபின்

பாலனாகி வாழலாம் பரப்பிரம்ம மாகலாம்

ஆலமுண்ட கண்டராணை அன்னையானை உண்மையே'

(சிவவாக்கியர்)

பஞ்சபூதச் சேர்க்கையால் உயிர் உண்டாயிற்று. இப்பஞ்சபூதச் சேர்க்கையால் 'அமிலம்' என்ற நீர்மையும் சலனமும் கொண்டதொரு உயிர்ப்பொருள் தோன்றுகிறது என்பது நவீன அறிவியலறிஞர்கள் கருத்து. மேற்கூறியது மட்டுமல்லாது தகுந்த சூழ்நிலையும் உயிர் தோன்ற தேவை (வெப்பம், உணவு, நீர்).

உயிர் தோன்றிய சூழ்நிலை 50 கோடி ஆண்டுகளுக்குமுன் என்பது அறிவியல் அறிஞர்கள் கருத்து. உயிர், முதன்முதலில் கடலில்தான் தோன்றியது என்பது ஆராய்ச்சியாளர்கள் கண்ட உண்மை. இதனை நம் சித்தர் ஆண்டவன் ஆதாரமாகக் கூறுகின்றனர்.

1)மச்சாவதாரம்   -   மீன்   - நீரில் மட்டும் வாழ்வது.

2)கூர்மாவதாரம்   -   ஆமை   - நிலம் + நீரில் வாழ்வது.

3)வராக அவதாரம்   -   பன்றி   - நிலத்தில் வாழ்வது.

4)நரசிம்மஅவதாரம்   -   மனித   - உடம்பு + சிங்கமுகம்.

5)வாமனஅவதாரம்   -   குள்ள   - இலெமூரியா என்ற மனிதன் தேவாங்கு.

6)பரசுராமஅவதாரம்   -   வில்   - வலிமை பெற்ற மனிதன்

7)ராமாவதாரம்   - எல்லா நற்குணங்களை யும் பெற்ற ஆற்றல் உடைய மனிதன்

8)பலராம அவதாரம்   - கலப்பையைப் பிடித்து நிலத்தைப் பண்படுத்தி

உழவுத் தொழில் செய்
யும் மனிதன்.

9) கிருஷ்ணாவதாரம்   - உடல், உள்ளம், அறிவு
மூன்றும் பக்குவம்
அடைந்த மனிதன்.

10) கல்கி அவதாரம்   - இந்த பத்து அவதாரங்
களும் மண்ணில் உயி
ரினங்கள் தோன்றி, படிப்
படியாகப் பரிணாம
வளர்ச்சியுற்ற நிலை
யினை விளக்குவன
போன்று அமைந்
திருக்கக் காணலாம்.

திருமந்திரம், அனைவர் நெஞ்சையும் உருக வைக்கும்.
உண்மைகளை உணரவைக்கும். எல்லோர் நெஞ்சிலும் இடம்
பிடிக்கும். வாழ அஞ்சுவோரை வாழவைக்கும். சில கண
நேரமாவது சிந்திக்க வைக்கும். மலையாய் இருக்கும்
துன்பத்தை, பஞ்சாய் பறக்க வைக்கும் என்னும் நம்பிக்கை
யைத் தருகிறது.

> 'போற்றி என்பார் அமரன் புனிதன் அடி;
> போற்றி என்பார் அசுரன் புனிதன் அடி;
> போற்றி என்பார் மனிதர் புனிதன் அடி;
> போற்றி என் அன்புள் விளங்க வைத்தானே'.

தேவரும், அசுரரும், மக்களும், அன்பரும் தூய மனமுடைய
ஈசனின் திருவடியை வாழ்த்தினார்கள். அதனைக் கண்ட நான்,
என் அன்பினால் ஏற்றித் தொழுது வணங்கினேன். ஈசன் என்
நெஞ்சில் குடிகொண்டான். எனக்கு ஒளியாகக் காட்சியளிக்
கிறான் என்னும் திருமூலர் வாக்கினை உணர்ந்து அவர்வழி
வாழ வாழ்த்துகிறோம்.

'யான் பெற்ற இன்பம், பெறுக இவ் வையகம்!'

'உடம்பை வளர்த்தேன், உயிர் வளர்த் தேனே!'

'கல்லா அரசனும் காலனும் நேர்!'

'உள்ளம் பெருங்கோயில், ஊனுடம்பு ஆலயம்!'

'தன்னை அறிவான் தலைவனும் ஆகலாம்!'

'தன்னை அறியத் தனக்கொரு கேடில்லை!'

'அறிவுக்கு அழிவில்லை, ஆக்கமும் இல்லை!'

'அண்டம் சுருங்கில் அதற்கோர் அழி வில்லை!'

'அன்பே சிவம்!'

'அஞ்சும் அடக்கென்பர் அறிவிலார்!'

'காற்றைப் பிடி, காலனை அடக்கு!'

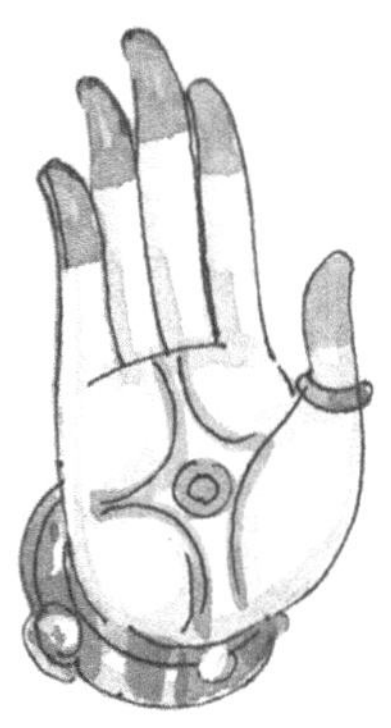

இன்பமே சூழ்க...
எல்லோரும் வாழ்க!